facebook இல் அந்த அழகிய முகம்

ஈழத் தமிழனின் நாவல்

Dr. VJ

"உஸ் உஸ்" என்ற சத்தம், அது ஒரு ரிதம்தான். அந்த ரிதம் இனிமையானதென்று சொல்ல முடியாது. ஆனால் அது அவனுக்கு நன்றாகவே பழக்கப்பட்டு இருந்தது. ஆம், அது குளிரூட்டியில் இருந்து தினமும் எழுகின்ற சத்தம்தான். அந்தப் பழக்கப்பட்ட சத்தத்தைத் தனக்கான ஒரு ரிதமாக நினைத்துக் கொண்டு அகன்று விரிந்து இருந்த அந்த அழகிய கண்கவர் மேசை மீது தனது மடிக்கணினியின் முகநூலில் ஆழ்ந்து மூழ்கி இருந்தான் அனந்தயன்.

பரந்து விரிந்த தோள்கள், உடற்பயிற்சியினைச் சீராகச் செய்து உரம் ஏறிய உடல்வாகு. ஒரு பக்கமாகச் சரித்து இழுக்கப்பட்ட சீரான கருநிறம் கொண்ட தலைமுடி, அவனுடைய கம்பீரமான வெள்ளை நிறத் தோற்றத்திற்கு மேலும் அது அழகு சேர்த்தது. பொதுவாகவே மென்நிறமான ஷேட்களை மட்டுமே விரும்பி அணியும் அனந்தயன் இன்றும் இலண்டனில் உள்ள பிரபல

விற்பனை நிலையமான மாக்ஸ் & ஸ்பென்சர் தயாரிப்பான மெல்லிய நீல நிற ஷேட் ஒன்றினை அணிந்திருந்தான். நிச்சயமாக அவன் இலண்டன் போனதே இல்லை. ஆனால் அந்த சிறந்த வியாபாரத் தரத்தினைக் கொண்ட ஷேட்டினை அவனுடைய நண்பனே இலண்டனில் இருந்து அவனுடைய பிறந்த நாள் பரிசாக அனுப்பியிருந்தான். அவனுடைய கம்பீரமான தோற்றத்திற்கு அவனுக்கென்றே வடிவமைத்தது போல் கச்சிதமாகப் பொருந்தியிருந்தது அந்த ஷேட். அவனுடைய கம்பீரமான தோற்றத்திற்கு மேலும் அது வலுச் சேர்த்தது.

ஜில் என்ற குளிரில் கூட அவனுடைய முகத்தின் வலது கண்ணுக்கு அருகில் ஏதோ ஒரு நீர்த் துளி வழிய அதனைத் தனது இடது கையால் துடைத்துவிட்டு முகநூலின் நண்பர்கள் பக்கத்தை ஆழமாகப் பார்த்துக் கொண்டிருந்த அனந்தயன், ஒவ்வொரு நண்பர்களாகத் தனது பட்டியலில் இருந்து நீக்கத் தொடங்கினான். ஒவ்வொரு முறை அகற்றுவதற்கு முன்னும் நண்பர்களின் சுயவிபரக் கோவையினை ஒரு தடவை பார்வையிட்டான் அனந்தயன்.

"ஹாய் மச்சான், மேலதிகாரிக்கு நேற்று அனுப்பிய பதிவுக் கோப்பினை மீண்டும் தனது தனிப்பட்ட மின்னஞ்சலிற்கு அனுப்பச் சொன்னாரடா" என்று சொல்லிக் கொண்டே, பூட்டி இருந்த கதவைத் தட்டி வரவேண்டும் என்ற அடிப்படையே இல்லாமல் உள்ளே நுழைந்தான் பிரவீன்.

அவன் போடுகின்ற ஷேட் நிறத்திற்கும், முழு நீளக் காற்சட்டை நிறத்திற்கும் ஒரு சம்பந்தமும் இருப்பதேயில்லை. சிகை அலங்காரம் என்று சொல்லிக் கொண்டு ஒவ்வொரு நாளைக்கும் ஒவ்வொரு விதமாகத் தலைமுடியை குழப்பியபடி வைத்திருப்பான். இவனுக்குச்

சீப்பு வாங்கவே தேவையில்லை. ஏனென்றால் அவனுடைய கைவிரல்களைத்தான் எப்போதும் சீப்பாகப் பயன்படுத்துவான். இன்றும் பச்சை நிறத்தில் ஷேட்டும், மண்ணிறத்தில் நீளக் காற்சட்டையும், குழப்பிவிட்ட தலைமுடியுடன் இதுதான் நாகரிகம் என்று சொல்லிக் கொண்டு திரிந்தான். இவன் அனந்தயனின் பள்ளித் தோழன். இன்றும் ஒரே காரியாலயத்தில் தான் அனந்தயனுடன் வேலை பார்க்கின்றான்.

"மதிய போசன இடைவேளை முடிந்ததும் அனுப்பிவிடுகிறேன்" என்றான் அனந்தயன். இதனை அவனுடைய உதடுகள் மாத்திரம் தான் அசைந்து சொல்லியதே தவிர அவனுடைய கண்களும் கைகளும் முகநூலில் நண்பர்கள் பக்கத்தைப் பார்த்து அவர்களை நண்பர்கள் பட்டியலில் இருந்து நீக்கும் வேலையைத்தான் செய்துகொண்டிருந்தன.

ஒரு பெரிய சிரிப்புடன், "டேய் உனக்கென்ன பைத்தியமா மதிய போசன இடைவேளை முடிந்து 30 நிமிடங்கள் ஆகிவிட்டது" என்றான் பிரவீன். ஒருகணம் திகைப்புடன் பிரவீனைப் பார்த்தான் அனந்தயன். குபீர் எனச் சிரித்தான். அச்சிரிப்பொலி அந்த அறை எங்கும் எதிரொலித்தது. ஒன்றும் புரியாமல் தனது உருண்டை முழியை இன்னும் பெரிதாக்கினான் பிரவீன்.

"இது என்னடா புதுக்கோலம்?" என்றான் அனந்தயன் பிரவீனைப் பார்த்து.

"ஏன்டா மைனர் மாதிரித்தானே இருக்கிறேன், உனக்குப் பொறாமையாடா?" என்றான் பதிலுக்கு பிரவீன்.

"உன்னை நான் இருபது வருசமாகப் பார்க்கிறேன். உன்னுடைய நாகரிக கூத்தெல்லாம் எனக்குத் தெரியாதா? ஆனால் எவனாவது பச்சை ஷேட்டிற்கு மென்சிவப்பு

நிறத்தில் கழுத்துப்பட்டி கட்டுவானா?" என்றபடியே மீண்டும் பலமாகச் சிரித்தான் அனந்தயன்.

"போடா உனக்கு புது நாகரிகம் எல்லாம் தெரியாது. இதுதான் புதிய பாணி" என்றான் பிரவீன்.

"சரி அது எதுவாகவும் இருந்துவிட்டுப் போகட்டும் தெருவில் கவனமாகப் பாதையைக் கட. வாகனத்தில் போறவங்கள் உன்னுடைய நாகரிகத்தில் மயங்கி உன் மேல் வாகனத்தை ஏத்தாமல் விட்டால் சரி" என்றான் அனந்தயன் ஒரு நக்கல் சிரிப்புடன்.

"சரி நேரம் போனதே தெரியவில்லை, இப்பவே மேலதிகாரி சொன்ன மின்னஞ்சலை அனுப்பி விடுகிறேன்" என்ற அனந்தயன் முகநூலினை மினிமைஸ் செய்து விட்டு காரியாலய மின்னஞ்சலில் மேலதிகாரி சொன்ன மின்னஞ்சலை அவருடைய தனிப்பட்ட மின்னஞ்சலிற்;கு அனுப்பி வைத்தான்.

"சரி அனுப்பிவிட்டேன்!" என்றான் அனந்தயன்.

"சரி முடியுமென்றால் பின்னேரம் கோப்பிக் கடையில் சந்திப்போம்;" என்றான் பிரவீன்.

"வேலைப்பழு இல்லாட்டில் பார்ப்போம்" என்றான் அனந்தயன். அப்படியே பிரவீனைப் பார்த்துக் கொண்டே "அது சரி வெள்ளிக்கிழமை நீ ஒரு குறித்த காரணத்திற்காக உத்தியோகபூர்வ முறையில் அறிவித்தல் கொடுத்து வராமல் இருந்தாயே. வீட்டு வேலைக்கெல்லாம் விடுமுறை எடுக்க மாட்டியே என்ன விசயம்?" என்றான் அனந்தயன் சிறு புன்முறுவலுடன்.

"ஓம் புதுப்பெண்தோழி ஒருவர் சந்தித்திருக்கிறாள். அவள் தான் ஒரு டே அவுட் போகலாம் என்று கூப்பிட்டாள். அவள் செம ஹொாட் மச்சான், எல்லாத்தையும் அவளே

ஒழுங்குபடுத்திவிட்டு எனக்கு அழைப்பு பண்ணினாள் அதுதான் மறுக்க முடியவில்லை. நான் சம்பளமற்ற விடுமுறை கேட்டேன். மேலதிகாரியும் தந்திட்டார், வெள்ளிக்கிழமை அண்ணனுக்கு வேலைப்பழு. தொலைபேசி, வைபர், வாட்ஸ்அப் முகநூல் எதுவுமே இல்லை மச்சான்" என்றான் பிரவீன் முகம் எல்லாம் பூரிப்பாக ஏதோ இதுதான் முதல் தடவை அவன் டே அவுட் போவது போன்று.

"சரி சரி மாப்பிளை ஏதாவது செய்து கொள். ஆனால் ஒரு நாள் இல்லை ஒரு நாள் உன்னுடைய அனித்தாவிடம் வசமாக மாட்டிக் கொள்வாய், அப்போ தெரியும் மாப்பிளைக்கு எது சூடு எது குளிர்? என்று." அவ்வாறு சொன்னபடியே மீண்டும் முகநூலினை திறந்து நண்பர்களின் சுயவிபரக் கோவைகளைப் பார்த்துப் பார்த்து அகற்றும் வேலையை ஆரம்பித்தான் அனந்தயன்.

"சிங்கம் சிக்காது மச்சான்" என்றபடியே அந்த உயரமான கண்ணாடிக் கதவைத் திறந்து வெளியேறினான் பிரவீன்.

நீண்ட நேரம் மடிக்கணினியைக் குனிந்து கூர்ந்து பார்த்துக் கொண்டிருந்த அனந்தயனின் கழுத்துப்பகுதியில் சற்று வலி எடுக்கவே, நிமிர்ந்து இருக்கையில் சாய்ந்து கொண்டு கண்களை மடிக்கணினியில் இருந்து எடுக்காமல் தனது இடது கையை நீட்டி மேசையின் மேல் இருந்த நீர்க் குவளையை எடுத்தான் தண்ணீர் குடிப்பதற்கு. அப்போதுதான் தெரிந்தது தான் தண்ணீரினை ஏற்கனவே குடித்து முடித்துவிட்டதாக.

"ச்சே" என ஒரு கணம் அலுத்துக் கொண்டவன் அப்படியே அதனை வைத்துவிட்டு அதே இடது பக்கத்தில் இருந்த அழைப்பு மணியை அழுத்தினான் அனந்தயன்.

30 வினாடிகள் தான் சென்றிருக்கும் "நான் உள்ளே வரலாமா ஐயா?" என்ற படியே உள்ளே நுழைந்தாள் சிரோமி. குரலில் இருந்த இனிமைக்கேற்ப முகமும் அவளுடைய உடையில் இருந்த நேர்த்தியும் அவள் செய்கைகளும் திறமையாகவே இருக்கும் என்பதைப் பறைசாற்றியது.

"சிரோமி" என்று சொன்னவாறே அவளை நிமிர்ந்து பார்த்த அனந்தயனின் முகம் மாறியது. ஏனெனில் அவள் கையில் தண்ணீர் குவளையுடன் நின்றிருந்தாள்.

"ஆம், சிரோமி நன்றிகள், நாளைக்கு இருக்கின்ற கூட்டத்திற்குச் சமூகம் தரச் சம்மதித்தவர்களின் பட்டியலினை இன்றைக்கே மின்னஞ்சல் செய்து விடு" என்றபடியே மீண்டும் முகநூலில் நண்பர்களை அகற்றும் வேலையைத் தொடர்ந்தான் அனந்தயன். தான் கொண்டு வந்த தண்ணீர் குவளையினை மேசையில் வைத்த சிரோமி கதவை மெல்லத் திறந்து அதற்கு வலிக்காமல் மூடிவிட்டு ஆரவாரம் இல்லாமல் வெளியேறிச் செல்லவும் தனது இடது கையால் அந்தத் தண்ணீர் குவளையினை எடுத்துக் குடித்தான் அனந்தயன். தண்ணீர் குவளையை எடுத்த இடத்திலேயே வைத்து விட்டு ஒரு கணம் அந்த கம்பீரமான சுழலும் நாற்காலியில் நிமிர்ந்து உட்கார்ந்தபடி இரு கைகளையும் மேலே உயர்த்திச் சோம்பல் முறித்தவன், முகநூலின் இடதுபக்கத்தில் உள்ள முகநூல் பாவனையாளர் சார்ந்த செய்திகளை வரிசைப்படுத்தித் தொகுத்து வைத்திருக்கும் ஒரு பகுதியினை ஒரு முறை வெறித்துப் பார்த்தான் அனந்தயன். அவனுடைய கண்கள் அதனை விட்டு அகல மறுத்தன.

அவனுடைய பார்வையில் பட்டது ஒரு அழகிய முகம். அந்தச் சிரிப்பிற்கு என்ன விலையேனும் கொடுக்கலாம் என்று அவனுக்குத் தோன்றியது.

சட்டென்று அந்தச் சுயவிபரக் கோவையினை கிளிக் செய்தான். அந்தக் கண்களின் ஒளி, கள்ளமற்ற குறும்புத்தனமான சிரிப்பு, அனந்தயனுடைய மனதை நெருடியது. பார்க்கப் பார்க்கத் திகட்டாத அந்த முகம் அவனுடைய கண்களை அதிலிருந்து திருப்ப முடியாமல் செய்தது. அனந்தயன் காரணமே புரியாமல் அந்த முகத்தைப் பார்த்துக் கொண்டே இருந்தான். தன் கண்களைக் கொள்ளை கொண்ட அந்த அழகிய முகம், கடவுளும் குழந்தையும் ஒன்றுதான் என்று மனதுக்குள்ளேயே நினைக்க வைத்தது.

ஆம், அவனுடைய கண்களைக் கவர்ந்தது அழகிய குழந்தை ஒன்றின் முகமே. பொதுவாகவே குழந்தைகளின் மேல் இனம் புரியாத ஈர்ப்பும் பாசமும் கொண்டவன் அனந்தயன்.

தனது தலையை உயர்த்தி தன்முன்னால் உள்ள சுவரைப் பார்த்தான். பளிச்சிடும் வெள்ளை நிறம் பூசப்பட்டு அழகாக இருந்த அந்த அறைச்சுவர், அழகிய எட்டு குழந்தைகளின் நிழல் படத்தொகுப்பைத் தாங்கியிருந்தது. அப்படம் சுவருக்கு மிகவும் அழகு சேர்த்தது. இதெல்லாம் அனந்தயன் சேகரித்து வைத்திருக்கும் குழந்தைகளின் படத்தொகுப்பு. குழந்தைகள் மேல் அளவு கடந்த பிரியம் உள்ளவன் அனந்தயன்.

அவனுக்கு அந்தக் குழந்தையின் படம் இருந்த சுயவிபரக் கோவையினைத் தாண்டிச் செல்ல மனம் வரவேயில்லை. அப்படியே அந்தச் சுய விபரப் பகுதியில் காணப்படும் புகைப்படத்தைப் பார்த்துக் கொண்டிருந்தவன் ஒவ்வொரு புகைப்படமாக கிளிக் செய்ய ஆரம்பித்தான்.

அவ்வாறு கிளிக் செய்த போது அடுத்ததாக வந்த சுய விபரப் பகுதியில் காணப்படும் புகைப்படத்தினைப் பார்த்து ஒரு கணம் ஆடிப் போனான்.

ஆம், அந்த சுய விபரப் பகுதியில் காணப்படும் புகைப்படத்தில் அதே குழந்தை முகம், அதே கள்ளமற்ற சிரிப்பினை அழகாக உதிர்த்த வண்ணம் சிவந்த ருசியுள்ள ஸ்ரோபெறிப்பழம் போல் சிவப்பான அழகிய உதடுகள், மேல் உதட்டின் இடது மூலையில் கருநிற மச்சம்.

அழகிய சுருள் சுருளான கருமை நிற தலைமுடியினுள் மறைந்தபடி தன் பளபளக்கும் அழகை வெளியில் காட்டத்துடிக்கும் எடுப்பான நெற்றி, வில்லாக வளைந்து காணப்பட்ட அழகிய இரண்டு புருவங்கள் ஒன்றுடன் ஒன்று ஒட்டி அவள் அழகிற்கே அழகு சேர்த்திருந்தது.

பார்ப்பவர்களின் கண்கள் ஒரு கணம் கூசித் தடுமாற வைக்கக்கூடிய ஒளி மிகுந்த அழகிய அந்தக் கண்கள், அந்த முகத்தின் ஓர் அடையாளம் என்று சொன்னால் மிகையாகாது. அப்பொழுதுதான் குளிர்சாதனப் பெட்டியில் இருந்து எடுத்த அப்பிள் போல் அவ்வளவு புத்துணர்ச்சியான கன்னங்கள். கடவுள், இருக்கின்ற இடத்துக்குத்தான் மேலும் மேலும் கொடுப்பார் என்பது உண்மையாவது போல், அந்த அழகிய கன்னங்களைப் பார்ப்பவர்கள் மனங்கள் எல்லாம் தடுமாறி விழக்கூடிய வகையில் அந்த அழகிய குழிகள் இரு கன்னங்களுக்கும் கச்சிதமாகப் பொருந்தி இருந்தன.

வெண்ணிறத்திற்கே சவால் விடக்கூடிய வகையில் வரிசையாக அமைந்திருக்கும் பற்கள். அதில் ஒரு பல் மட்டும் வரிசையை விட்டு வெளிவரத்துடிப்பது போல் இருந்தது. இதைத்தான் தெத்திப்பல் என்பார்களா? ஆகா!! என்ன பொருத்தம் இந்த முகத்திற்கு.

அனந்தயன் பார்ப்பது அதே குழந்தை முகத்தைத்தான் ஆனால், அது ஒரு குழந்தையல்ல, அது இருபத்து மூன்று அல்லது இருபத்து நான்கு வயது மதிக்கத்தக்க பெண்ணின்

முகம். முதலில் பார்த்த குழந்தையின் முகத்தையே ஒத்திருந்தது இந்த அழகிய பெண்ணின் முகமும். ஆனால் ஒரே நேரத்தில் தான் அந்த இரண்டு படங்களும் எடுத்திருப்பது போலத் தோன்றியது.

ஆர்வமிகுதியால் அப்படியே அடுத்த சுய விபரப் பகுதியில் காணப்படும் புகைப்படத்தினையும் கிளிக் செய்தான் அனந்தயன்.

"நான் உள்ளே வரலாமா?" என்று சொன்னவாறே உள்ளே வந்தார் எட்வேர்ட் ஐயா.

ஆறு அடி உயரமாகக் கறுப்பு நிறத்தில் இருப்பார் எட்வேர்ட் ஐயா. அவருக்குப் பிடித்த நிறமும் கறுப்புதான். அதை அவரே அடிக்கடி சொல்லிக் கொள்வார். அவர் போடுகின்ற ஷேட்டும் கறுப்பு தான். முழு நீள காற்சட்டையும் கறுப்புத்தான். தனக்கு எடுப்பாக இருக்கும் என்று வெயிலுக்குப் போடுகின்ற கறுப்புக் கண்ணாடியினை அலுவலகத்திற்கு உள்ளேயேயும் அணிந்திருப்பார்.

அவருடைய மிகவும் விலைமதிப்பான உலகத் தரம் வாய்ந்த சொகுசு சிற்றூர்ந்து பி.எம்.டபிள்யு (BMW) காரும் கறுப்புத்தான். அவர் கையில் வைத்திருக்கும் தொலைபேசி கூடக் கறுப்புதான். ஏன் அதில் சேமித்தல் செய்து வைத்துள்ள அழைப்பு ஓசை கூட "கறுப்புத்தான் எனக்கு பிடித்த கலரு" என்ற சினிமாப் பாடல்தான். ஆனால் அவருடைய மனைவி மட்டும் வெள்ளைக்காரி போல் இருப்பாள்.

அனந்தயன் அவருடைய குரலைக் கேட்ட உடனேயே மிக வேகமாக முகநூலினை மினிமைஸ் செய்து விட்டு "ஆம் ஐயா!" என்றான். ஆம், அவர் தான் அனந்தயனுடைய மேலதிகாரி.

உள்ளே வந்த எட்வேர்ட் ஐயா அனந்தயனின் மேசையின் முன்னால் வளைந்து அழகாக இருந்த கதிரையில் ஒய்யாரமாக அமர்ந்தார். அப்படியே கழுத்தைத் திருப்பி தனது வலப்பக்கத்தில் இருந்த சுவரைப் பார்த்தார். அவருடைய முகத்தில் சிறு கோப அலையைப் பார்க்கக்கூடியதாக இருந்தது. "என்ன அனந்தயன் புதிய தகவல் அல்லது நிகழ்வைப் பதிவு செய்யாமலும் அல்லது புதுப்பிக்காமலும் இருக்கிறாய்" என்றார் எட்வேர்ட் ஐயா...

ஒன்றும் விளங்கவில்லை அனந்தயனுக்கு, "ஐயா." என்று இழுத்தான்.... "வேறு என்ன இன்று ஆவணி மாதம் 05ஆம் திகதி, ஆனால் உன்னுடைய நாட்காட்டி மட்டும் ஆடியிலேயே இன்னும் இருக்கிறது" என்றார் சற்றுக் கோபமாக.

"ஓ மன்னிக்கவும் ஐயா! இப்பவே மாத்துகிறேன்" என்ற அனந்தயன், அவர் முன்னாலேயே போய் நாட்காட்டியில் ஆடி மாதத்தைக் கிழித்து விட்டு ஆவணி மாதத்திற்கு மாற்றிவிட்டான்.

"ஆவணி 24 ஆம் திகதி கணக்குகள் எல்லாம் சமர்ப்பிக்க வேண்டும். இன்னும் உங்களுடைய பிரிவில் இருந்து மட்டும் இறுதி அறிக்கை வரவில்லை" என்றார் எட்வேர்ட் ஐயா அதே கோபமான தொனியில்.

நின்றபடியே "இல்லை ஐயா நாளைக்கு கடைசிக் கூட்டம் இருக்கு, நாளைக்கே நாங்கள் அனுப்பிவிடுவோம்" என்றான் அனந்தயன்.

பேசிக் கொண்டே மேசையில் இருந்த பச்சை நிறக் கோவையைப் பார்த்து "இது முன்னேற்ற அறிக்கை - தானே?" என்றவாறே அதனை எடுத்துப் பார்க்க ஆரம்பித்தார் எட்வேர்ட் ஐயா.

நாட்காட்டியினை மாற்றிவிட்டு வந்து அமர்ந்த அனந்தயனின் மனதில் அந்த முகநூல் சுயவிபரக்கோவை வந்து போனது. ஆனால் கையில் முன்னேற்ற அறிக்கையுடன் இருக்கும் மேலதிகாரியின் முன்னால் எப்படி மீண்டும் அந்த சுயவிபரக் கோவையை திறந்து பார்க்க முடியும் என்ற குழப்பத்துடனேயே உட்கார்ந்திருந்தான் அனந்தயன்.

அவனுடைய வெண்ணிற முகம் குழப்பத்தால் சிவந்திருந்தது. இதனை அவதானித்த எட்வேர்ட் ஐயா.... "ஏன் அனந்தயன் ஏதாவது பிரச்சினையா? ஏன் இப்படி உன்னுடைய முகம் சிவந்திருக்கிறது?" என்றார்.

"இல்லை இல்லை அப்படி ஒன்றும் இல்லை ஐயா, கொஞ்சம் தலைவலி அவ்வளவு தான்" என்றான் பதட்டம் கலந்த குரலில் அனந்தயன்.

"வெளியில் வெக்கை அதிகம், அதனால் தலைவலி வரத்தான் செய்யும் அடிக்கடி தண்ணீர் குடி" என்றார் எட்வேர்ட் ஐயா.

'ஓம் ஐயா கட்டாயம் குடிக்கிறேன்' என்று ஏதோ உளறிச் சமாளித்தான் அனந்தயன்.

"இந்த முன்னேற்ற அறிக்கை சரியாக இருக்கிறது போலத்தான் தெரிகிறது. முற்றாக முடித்தவுடன் என்னுடைய அலுவலக அறைக்கு அனுப்பிவிடு, ஆனால் இந்தப் பச்சை நிற கோவை பிடிக்கவில்லை. கறுப்பு நிறக் கோவை ஒன்றில் போட்டு அனுப்பிவிடு சரியா?" என்றார் எட்வேர்ட் சேர்.

அவருக்கு அவருடைய பிரச்சினை, எனக்கு என்னுடைய பிரச்சினை என மனதில் நினைத்துக் கொண்டு "ஆமாம்" என்பது போல் தலை அசைத்தான் அனந்தயன்.

எட்வேர்ட் ஐயா கதவைத் திறந்து வெளியே செல்லவும் முகநூல் சுயவிபரக் கோவையை உடனடியாக கணினித் திரையில் பெரிதாக்கினான் ஆர்வத்தின் உச்சத்தில் இருந்த அனந்தயன்.

அதே வேகத்தில் சுய விபரப் பகுதியில் காணப்படும் புகைப்படத்தை கிளிக் செய்து அடுத்த படத்தைப் பார்ப்பதற்கு முயற்சி செய்தான். அது கறுப்பு நிறத்தில் ஒரு வளையமாகச் சுற்றிக் கொண்டிருந்தது. அடக்கடவுளே என்று தலையில் அடித்துக் கொண்டான் அனந்தயன்.

"ச்சீ" இந்த இணையத்தளத்திற்குக் கால நேரம் தெரியாது என்று அலுத்துக்கொண்டே அருகில் இருந்த றவுட்டர் பெட்டியினை ஒருமுறை நிறுத்தி மீண்டும் இயக்கினான். அவனுடைய பொறுமையைச் சோதித்தது அந்த றவுட்டர். மற்ற நேரங்களில் மீண்டும் செயலுக்கு வரும்வரை பொறுமையாக இருக்கும் அனந்தயனுக்கு இன்று மட்டும் அந்த இரண்டு நிமிடங்கள் இரண்டு மணித்தியாலங்கள் போலத் தோன்றியது.

ஒருவாறு அவனுடைய றவுட்டர் மீண்டும் சரியான முறையில் இயங்கத் தொடங்க, அந்த முகநூல் பக்கத்தினை மீண்டும் கிளிக் செய்தான். இப்போது முன்பை விடப் பளிச் என்று அந்தப்படம் அவன் மடிக்கணினித் திரையில் வந்தது. அடுத்த சுய விபரப் பகுதியில் காணப்படும் புகைப்படத்தினை ஆர்வத்தின் மிகுதியால் வேகமாக கிளிக் செய்தான். அழகிய சேலையில் ஒய்யாரமாகக் கையில் குழந்தையுடன் கணவனின் தோள் மேல் கைபோட்டுக் கொண்டு கணவனின் செல்லமாக மனைவியும், கணவன் மனைவியின் செல்லமாக குழந்தையும் என மூவர் நிற்கும் படம் அது. ஆகா! என்ன ஒரு அழகிய குடும்பப் படம் என்று பார்ப்பவரே வாய் அடைத்துப் போகும் வகையில் அந்தப் படம் அமைந்திருந்தது.

ஆனாலும் அனந்தயனுக்கு அது ஒரு ஏமாற்றமே. ஆம்! இவ்வளவு ஆவலுடன் பொறுமையாக இருந்து பார்த்த அவன் கண்களுக்கு ஏமாற்றமாகவே இருந்தது. அது தமிழ் சினிமா நடிகர்களான சூர்யாவும் ஜோதிகாவும் அவர்களது முதலாவது குழந்தையுடன் எடுத்த குடும்பப்படம்.

"இந்தப் பெண்களே இப்படித்தான்" என்று தன்னைத் தானே நொந்து கொண்டான் அனந்தயன். ஆர்வமும் ஏமாற்றமும் ஒன்று சேர ஒரு கவலையான மனநிலையுடன் அடுத்த சுய விபரப் பகுதியில் காணப்படும் புகைப்படத்தினையும் கிளிக் செய்தான். ஆனாலும் அவனுக்கு ஏமாற்றமே மிஞ்சியது. எல்லாமே சினிமாப் பிரபல்யங்களின் குடும்பப் படங்களே சுய விபரப் பகுதியில் காணப்படும் புகைப்படங்களாகக் காணப்பட்டன.

அனந்தயன் தன்னைத் தானே அலுத்துக் கொண்டான். சுய விபரப் பகுதியில் காணப்படும் புகைப்படங்களைப் பார்ப்பதை நிறுத்திவிட்டு அந்த முகநூல் சுயவிபரக்கோவையினை கீழ் நோக்கி இழுத்து சுயவிபரக் கோவையை நோட்டம் விட ஆரம்பித்தான்.

அந்த சுயவிபரத்தினைக் கொண்டுள்ள அந்தப் பாவனையாளரை ஆதரிப்போரின் செய்திகளைக் கொண்ட முகநூலின் ஒரு முக்கிய பகுதியில் ஒவ்வொரு நாளும் ஏதாவது விடயங்கள் பரிமாற்றம் செய்யப்பட்டுக் காணப்பட்டன. அவைகள் அனைத்தும் அர்த்தம் நிறைந்த செய்திகளாக அழகிய தமிழ் வாக்கிய அமைப்பில் எழுதப்பட்டிருந்தன.

அவைகள் அனைத்தும் ஆன்மீகவாதிகளாலும், வேறு கல்விமான்களாலும் கூறப்பட்டவைகளாகும். அவர்களுடைய பெயர்களும் அதில் குறிப்பிட்டே காணப்பட்டன.

இறுதியாக நேற்று இருந்த பதிவில்...

"இதுதான் வாழ்க்கையின் வேடிக்கை,

நீங்கள் எண்ணில் அடங்காத பொய்களை முடிவில்லாமல்

உருவாக்கிச் சொல்லமுடியும்,

ஆனால் உண்மை ஒன்றேஒன்றுதான்."

"ஆம் அற்புதமான வரிகள்" என்று மனதுக்குள்ளே நினைத்துக் கொண்டான் அனந்தயன். அந்த சுயவிபரத்தினைக் கொண்டுள்ள அந்தப் பாவனையாளரை ஆதரிப்போரின் செய்திகளைக் கொண்ட முகநூலில் இப்படிப்பட்ட பதிவுகளைத் தவிர வேறு எதனையும் பார்க்கமுடியவில்லை.

வேடிக்கையான மனம் இது, அப்போதுதான் அனந்தயனுக்கு அவளுடைய பெயரைப் பார்க்க வேண்டும் என்ற எண்ணமே தோன்றியது. அழகிய பெயர். இந்துஜா சிவகரன். அந்த அழகிய முகத்திற்குப் பொருத்தமான பெயர். அவள் தொடர்பான விபரத்தொடர்பை கிளிக் செய்தான். இலண்டனில் வசிக்கிறார் என்று இருந்தது. ஒரு கணம் அனந்தயனின் எண்ணங்களில் ஏதோ சிறகடித்துப் பறப்பது போல் தோன்றியது.

அது வேறொன்றும் இல்லை, இலண்டன் என்றுமே அவனுடைய கனவு உலகம். அவன் அங்கு போனதும் இல்லை, ஆனால் அந்த இடம் மீது அவனுக்கு அப்படி ஓர் ஆர்வம். இலண்டனின் தரமான பொருட்களைத்தான் விரும்பிப் பயன்படுத்த முயற்சிப்பான். பொதுவாக அனந்தயனின் நண்பர்கள்தான் அவனுக்கு அவற்றைப் பரிசளிப்பார்கள்.

தனது தலையைத்தூக்கி இடது பக்கம் திரும்பிப் பார்த்து ஒரு நீண்ட பெருமூச்சு விட்டான் அனந்தயன்.

ஆம், அவனுடைய அறையில் மாட்டப்பட்டிருந்த அந்த அழகிய இலண்டன் பாலத்தின் படத்தைத்தான் அவ்வாறு பெருமூச்சுடன் பார்த்தான்.

அழகிய குழந்தை ஒன்றின் முகத்தினால் ஈர்க்கப்பட்டவன் இப்போது அந்தக் குழந்தை முகத்தில் ஓர் அழகிய பெண், அதுவும் அவனுடைய கனவு நகரத்தில், அனந்தயனின் மனநிலையில் ஏதோ இனம் புரியாத தடுமாற்றம். முகநூலில் இருக்கும் நண்பர்களை எல்லாம் அகற்றிக் கொண்டிருந்த அனந்தயனின் மனம் சற்றுத் தடுமாற்றத்துடன் காணப்பட்டது. நண்பர்களை அகற்றுபவனின் மனதில் இப்போது இந்த சுயவிபரக்கோவையை மட்டும் சேர்ப்போமா? என்ற எண்ணம் குடி கொண்டது. பரஸ்பர நண்பர்களின் பட்டியலைக் கிளிக் செய்தான். ஆனால் அதில் எதுவும் தென்படவில்லை. அவனுடைய எண்ணங்களில் இப்பொழுது ஒர் இனம்புரியாத குழப்பம். அந்தக் குழந்தைக்கும், இந்துஜாவுக்கும் என்ன தொடர்பு? எவ்வாறு இரண்டு முகங்களும் ஒத்துப்போகின்றன? என்று பல்வேறு விதமான கேள்விகள் மனதில் எழும்பின. குடும்பமாக இருந்தால் ஏன் ஒரு குடும்பப்படம் கூட முக நூலில் இல்லையே! எனத் தனது குழப்பங்களிற்கு விடைகாண முடியாமற் தவித்தான் அனந்தயன்.

ஏன் இந்தப் படம் மாத்திரம் தன்னை இந்தளவிற்குப் பாதிக்கின்றது? என்று அவனால் புரிந்து கொள்ள முடியவில்லை. அந்தக் குழந்தையின் முகம் பிடித்திருந்தபடியால் தான் இந்தப் பெண்ணின் முகமும் பிடித்ததா? அல்லது அந்தப் பெண்ணின் முகம் பிடித்திருந்தபடியால் தான் மனதில் இத்தனை குழப்பமா? என்று தன்னைத் தானே கேட்டுக் கொண்டான் அனந்தயன்.

முடிவில் இந்தக் குழப்பத்திற்கு ஒரே தீர்வு முகநூலில் தன்னுடன் நண்பராவதற்கு வேண்டுகோள் அனுப்புவதுதான் என்று தனக்குள்தானே முடிவெடுத்தான். இதற்கு முன் இவ்வளவு தூரம் தன்னுடைய மனம் தடுமாற்றத்திற்குள்ளானதில்லை என்று அவனுக்கே புரிந்தது

பரஸ்பர நண்பரும் இல்லை, எவ்வாறு நண்பராவதற்கு வேண்டுகோள் அனுப்புவது என்று ஒரு கணம் யோசித்தான் அனந்தயன். ஆனாலும் அனுப்பாமல் இருக்கவும் முடியவில்லை. என்ன செய்வது என்று யோசித்தபடியே இருந்தவன், இறுதியில் ஒரு முடிவுக்கு வந்தான். அனுப்பித்தான் பார்ப்போமே என்று நண்பராக சேர்த்துக் கொள்ள க்ளிக் செய்தான். அவ்வாறு செய்தவன் அவனை அறியாமலேயே பெருமூச்சு விட்டான். ஏதோ பெரிய மனப்பாரம் குறைந்தது போன்று அவனுக்குத் தோன்றியது. தன்னை ஆசுவாசப் படுத்த நினைத்து தண்ணீர் குவளையை எடுத்து இருந்த மிகுதித் தண்ணீரையும் குடித்து முடித்தான் அனந்தயன். அவன் மனதிலும் கண்களிலும் அந்த உருவம் பதிந்திருந்தது. அது குழந்தையின் உருவமா? அல்லது அந்தப் பெண்ணின் முகமா? என்பதை அவனால் பகுத்தறிய முடியவில்லை. நண்பர்கள் விண்ணப்பத்தினை அனுப்பி விட்டு அவளிடம் இருந்து முகநூலில் ஒருவரின் நண்பருக்கான வேண்டுகோளை வேண்டப்படுபவர் அனுமதித்துக் கொள்ளும் செயற்பாட்டு அறிவிப்பு வரும் என ஒரு குருட்டு நம்பிக்கையில் காத்திருந்தான்.

முகநூலில் உள்ள அறிவிப்புப் பகுதியை அவதானித்தவாறு இருந்தான் அனந்தயன். நேரம் ஆகியதே தவிர அந்த நண்பர் விண்ணப்பம் ஏற்றுக் கொள்ளப்படாமலேயே இருந்தது. ஏதோ ஒன்றைத் தொலைத்தவன் தனக்கு நற்செய்தி வரும் என்று

காத்திருப்பது போல் அவனுடைய நிலைமை மாறியதை அவனால் உணர முடியாதவாறு இருந்தான்.

வழமையான ஐ போன் ஒலி அவனுடைய மௌனத்தைப் பதம் பார்த்தது. சுதாகரித்துக் கொண்டு தன்னுடைய தொலைபேசியை எடுத்து "ஹலோ" என்றான் யார் என்று பார்க்காமலேயே....

"டே மச்சான் என்ன பண்ணுகிறாய்?" அந்தப்பக்கத்தில் இருந்து ஒரு குரல்.

"ஓ மன்னிக்கவும் மச்சான். கொஞ்சம் வேலைப்பழு. சொல்லு மச்சான்?" என்றான் அனந்தயன் தன்னை அழைத்த பிரவீனிடம். "கோப்பிக் கடைக்கு உடனே வா. உனக்கு ஒரு விருந்தாளியை அறிமுகம் செய்து வைக்க வேண்டும்" என்றான் பிரவீன்.

"கொஞ்சம் வேலைப்பழு" என்று பதிலளித்தான் அனந்தயன். ஏனென்றால் அவனுடைய மனமோ நிலைகுலைந்து போயிருந்தது. அந்த முகநூல் நண்பர்; விண்ணப்பத்தால். பாவம் பிரவீனிற்கு..... இது தெரியுமா?

"பொல்லாத வேலைப்பழு. இந்த விருந்தாளியை வந்து பார்த்தால் நீ அசந்து போயிடுவாய், வா.. மச்சான்" என்றான் பிரவீன்.

"அப்படி யாரது?" என்றான் அனந்தயன்.

"நான் சொல்லமாட்டேன் வந்துதான் பாரேன்" என்றான் பிரவீன் பதிலுக்கு.

"சரி பத்து நிமிஷத்தில் வருகிறேன்" என்ற அனந்தயன், தனது மடிக் கணினியினது செயற்பாட்டினை நிறுத்திவிட்டு எழுந்து சென்றான்.

அந்த உயரமான கண்ணாடிக் கதவைத் திறந்து கொண்டு வெளியே வந்த அனந்தயன் தனது அறைக்கு

முன்னால் உள்ள கபினில் இருந்த தனது பிரத்தியேக செயலாளரான சிரோமியைப் பார்த்து மெல்லிய சிரிப்பை வெளிப்படுத்தினான். அவளும் பதிலுக்குத் தனது அழகிய சிரிப்பை உதிர்த்த படி "ஐயா நீங்கள் கேட்ட மின்னஞ்சலை அனுப்பிவிட்டேன் ஒரு தடவை சரிபாரருங்கள்" என்றாள் இனிமையான குரலில்.

சரி என்ற கோணத்தில் தலையை அசைத்தவாறு தனது ஐ போனுக்கு கடவுச்சொல் போட்டுத் திறந்தான். கைகள் கைத்தொலைபேசியிலுள்ள மின்னஞ்சலிற்கான மென் பொருளிற்கு செல்லாமல் முகநூல் மென்பொருளிற்குச் சென்றது அவனையறியாமல். ஏதாவது முகநூலில் ஒருவரின் நண்பருக்கான வேண்டுகோளை வேண்டப்படுபவர் அனுமதித்துக் கொள்ளும் செயற்பாடு ஆகியுள்ளதா என முகநூலில் அறிவிப்புப் பகுதியை நோட்டமிட்டான். ஆனால் அவனுக்கு இன்னும் ஏமாற்றமே மிஞ்சியது, அவ்வாறே முகநூலினைப் பார்த்தபடி படிக்கட்டுகளில் வேகமாக இறங்கி, நீண்டு விரிந்து இருந்த கட்டிடத்தொகுதியில் உள்ள கோப்பிக் கடையினை நோக்கி வேகமாக நடந்தான். அவனுடைய எண்ணங்கள், சிந்தனைகள் எல்லாம் அந்த அழகிய முகத்திலேயே இருந்தது. தனது தொலைபேசியினையே அதிகம் பார்த்தவாறு நடந்து சென்றபடியால் அவனைக் கடந்து சென்ற சகபணியாளர்களை அவன் பொருட்படுத்தாமல் சென்றான். அதை அவர்களும் அவ்வளவாகப் பெரிதுபடுத்தியதாகத் தெரியவில்லை. மூன்று அல்லது நான்கு நிமிட நடையில் அந்தக் கோப்பிக் கடையினை நெருங்கினான்.

நெருங்கும் போதே அவனுடைய மனதில் ஒரு மாற்றத்தை உணர்ந்தான் அனந்தயன்.

கோப்பிக் கடையினை நெருங்கும் போது அதில் இருந்து வந்த கோப்பியின் வாசனை அந்த இடத்தையே நிரப்பி இருந்தது. அந்தக் கோப்பி வாசனை அதனை நெருங்கும் எல்லோருக்கும் ஒரு புத்துணர்ச்சியை ஏற்படுத்தும். அது தான் அந்த வாசனையின் மகிமை. அதனால் ஏற்பட்ட புத்துணர்ச்சி தான் அனந்தயனின் மனதிலும் சிறு மாற்றம் ஏற்படக் காரணமானது.

அந்த வாசனையினால் ஈர்க்கப்பட்ட அனந்தயன் தனது கவனத்தை ஐ போனில் இருந்து திருப்பித் தலையை நிமிர்த்தி கோப்பிக் கடையைப் பார்த்தான்.

அழகிய கண்ணாடியால் வடிவமைப்பட்ட மிகப் பிரம்மாண்டமான முகப்பு. பச்சை நிறத்தில் அழகிய மின்குமிழ்கள், அழகிற்கு மேலும் அழகு சேர்த்தது. காவலாளியே கதவினைத் திறந்து "வணக்கம் ஐயா" என்றபடியே தனது வழமையான சிரிப்பினை உதிர்த்தான். இங்கு கோப்பிப் பானம் குடிக்க வருபவர்களுக்கு எப்பொழுதும் இந்தக் கோப்பிக் கடை காவலாளியின் உடை அமைப்பே அங்கு ஒரு பேசு பொருளாய் இருக்கும். அவ்வளவு வித்தியாசமாக அவருடைய உடைகள் நாள் தோறும் தோற்றமளிக்கும்.

அவர் இன்றும் சிவப்பு மற்றும் பச்சை நிறத்தில் ஆபிரிக்க பாணியிலான உடையுடன் அதற்குரிய அணிகலன்களையும் அணிந்திருந்தார். அவருடைய உடையே காட்டிக் கொடுத்தது இன்று "ஆபிரிக்க நாட்டவரின் விசேட கோப்பி தினம்" என்று.

அப்படியே உள்ளே நுழைந்த அனந்தயன் வேகமாக உள்ளே நடந்து கோப்பிக் கடையின் மேல் தட்டுக்குப் போகாமல் பின்புறக் கதவைத்திறந்தபடி அந்த அழகிய புற்றரைப் பகுதியை நோக்கி நடந்தான். அதுதான்

அவர்களுடைய வழமையான இடம். இங்கும் தனது கவனத்தை ஐ போனில் முகநூல் மென்பொருள் மீது வைத்திருந்த அனந்தயன் தனது தலையை சற்று உயர்த்தி பிரவீன் எங்கு இருக்கின்றான் என்று பார்த்தான்.

அவனுடைய பார்வையில் ஒரு மாற்றம் தெரிந்தது. புருவங்களை உயர்த்தி ஒரு கணம் கூர்ந்து அவதானித்தான். மென்சிவப்பு நிறத்தில் அழகிய ஒரு வகை மேலைத்தேய நாட்டவர்களின் கலாசாரத்திலிருந்து வந்த மேலாடையும் வெள்ளை நிறத்திலான நீளக் காற்சட்டையும் அணிந்து கையில் ஒரு ரோஜாப்பூவுடன் காத்திருந்தாள் கஸ்தூரி. நிச்சயம் அந்தக் கோப்பிக் கடையில் உள்ள பலருடைய கண்களும் அவளையே மொய்த்துக் கொண்டிருக்கும் என்பதில் எள்ளளவும் சந்தேகமே இல்லை.

ஆம், அவள் அப்படி ஓர் அழகு. கஸ்தூரி பார்ப்பதற்கு ஒரு சினிமா நடிகை போலவே இருப்பாள். கடவுள் அழகிய பெண்களைப் படைப்பதற்கு இவளைத்தான் அளவுகோலாக பயன்படுத்துவார் போலும். சராசரியை விட சற்று எடுப்பான உயரம். அச்சில் வார்த்தது போல் முறையான அளவுகளில் அமைந்திருக்கும் அவளது உடலமைப்பு, சிகை அலங்காரம் தான் அவளுடைய கவர்ச்சிக்குக் காரணமானது.

அழகிய சிகை அலங்காரங்களை புதிது புதிதாக இவள் தான் பலருக்கும் அறிமுகப்படுத்துவாள் போலும். அவ்வளவு பொருத்தமாகவும் மற்றும் எடுப்பாகவும் தன் தலைமுடியினைப் பராமரிப்பாள். அதுமட்டும் இல்லாமல் அவள் உடை அணியும் விதமும், அதற்குப் பொருத்தமாகப் போடப்படும் அணிகலன்களும் அவள் போகும் இடம் எல்லாம் அவளைச் சுற்றி உள்ளவர்களின் பேச்சாக மாறிவிடும்.

அழகிய மஞ்சள் கலந்த தோளும் அவளுடைய எடுப்பான தோற்றமும் அவள் அணியும் ஆடைகளுக்கே பெருமை சேர்க்கக் கூடியவை.

கையில் ரோஜாப்பூவுடன் இருந்த கஸ்தூரியைப் பார்த்த அனந்தயனின் மனம் ஒர் இனம் புரியாத படபடப்புக்கு உள்ளானது. அவன் அதனைக் காட்டிக் கொள்ளாது அவள் அமர்ந்திருந்த மேசையை நெருங்கினான். அவளும் அவனையே கண் வெட்டாமல் பார்த்துக் கொண்டிருந்தாள்.

"வாடா மச்சான்" என்றபடி இறுகக் கட்டித்தழுவிக் கொண்டான் பிரவீன். அந்தச் சத்தத்தில் அருகில் இருந்த அனைவரும் ஒருகணம் அவர்களையே கண் வெட்டாமல் பார்த்தனர். "உன்னைப்பார்க்கத்தான் இவ்வளவு தூரம் வந்திருக்கிறாள் கஸ்தூரி" என்றபடியே கதிரையில் அனந்தயன் இலகுவாக அமர அவன் பக்கத்திற்குத் தள்ளி விட்டான் பிரவீன்.

"ஓ! எப்படி இருக்கிறாய்?" என்றான் அனந்தயன். இப்போது தான் ஏதோ கனவு உலகத்தில் இருந்து மீண்டது போல் கொஞ்சம் தடுமாறிக் கொண்டு, பதிலுக்கு "ஆம், நான் நலம்" என்றாள் கஸ்தூரி. அவளுடைய பார்வை அனந்தயனின் கண்களையே உற்றுநோக்கிக் கொண்டிருந்தது. அந்தக் கண்களில் தோன்றிய ஒரு வித ஏக்கம் எவரையும் ஒரு முறை தடுமாற வைக்கக் கூடியது தான். ஆனால் அனந்தயனோ எவ்வித சலனமும் இன்றி மீண்டும் தனது போனில் முகநூல் மென்பொருளை நோட்டம் இட்டபடியே "எப்படிப் புதிய வேலை எல்லாம் போகுது" என்றான்.

"பரவாயில்லை, மேலதிகாரி நல்லவர். என்னுடைய வேலை செய்யும் இடத்தில்; என்னுடைய குழுவினர் கூட

நல்லவர்கள் தான். அதனால எந்தப் பிரச்சினையும் இல்லை" என்றாள் கஸ்தூரி.

அவளுடைய கையில் இருந்த ரோஜாப்பூ ஒரு வித உறுத்தலை அனந்தயனுக்குக் கொடுத்தது. "இப்ப இந்த கோப்பிக் கடையில் ரோஜாப்பூக்கள் எல்லாம் கொடுத்து வரவேற்கின்றார்களா? என்ன பெண்களிற்கு மட்டும்தான் கொடுப்பார்களா?" என்றான் அனந்தயன் பிரவீனைப் பார்த்து.

"போடா, நீயும் உன் கற்பனையும், எனக்குப் பூக்கொடுக்கும் தைரியம் எந்த ஆணுக்கும் வராது உன்னைத் தவிர", என்று செல்லமாகச் சொன்னாள் கஸ்தூரி.... "இது உன்னுடைய முட்டாள் நண்பன் பிரவீன், நீ தந்து விட்டது என்று என்னிடம் தந்து என்னை ஏமாற்றப் பார்த்தான்" என்றாள் கஸ்தூரி.

"என்ன?" என்று ஆச்சரியத்தில் பிரவீனை நோக்கித் தனது பார்வையை வேகமாகத் திருப்பினான் அனந்தயன். அந்த நேரத்தில் பிரவீன் தலைக்கு மேல் கை வைத்துக் குனிந்து சிரித்துக் கொண்டிருந்தான்.

"உணவு விடுதிப் பணியாளர் அனந்தயன் முன் பௌவியமாக வந்து நின்றார்.

"ஒரு காப்பி தருகிறீர்களா?" என்றான் அனந்தயன்.

உணவுவிடுதிப் பணியாளர் அவ்விடத்தை விட்டு விலகவும் "ஏன் நீ இப்படி?" என்றான் அனந்தயன் பிரவீனைப் பார்த்து.

"அது ஒரு சுவாரசியமான கதை" என்றாள் கஸ்தூரி. என்ன என்பதுபோல் தலை அசைத்தபடி கஸ்தூரி பக்கம் திரும்பினான் அனந்தயன்.

"இந்த லூசு என்னைக் கவர நினைத்து, ஓடர் பண்ண வரிசையில் நின்று கொண்டிருந்த ஒரு பெண்ணின்

தலைமுடியில் செருகி இருந்த இந்த ரோஜாப்பூவை, அவளுக்குத் தெரியாமல் எடுத்து வந்து, அதனை நீ எனக்கு கொடுக்கச் சொல்லித் தந்தது என்று தந்தான். கொஞ்ச நேரத்தில் ஒரு ஜோடி நேராக இங்கே வந்து இந்த லூசை என்னுடைய போய் பிரண்ட் என்று நினைத்துக் கொண்டு "ஐயா நீங்க வாங்கிப் போன ரோஜாப்பூக்கு மிச்சக் காசு பத்து ரூபா வாங்காமல் போயிட்டிங்களாம்" என்று சொல்லிக் கொண்டு பத்து ரூபா தாளை இவனுடைய கையில் கொடுத்தார்கள். அப்பதான் இந்த லூசு எழும்பி "மன்னியுங்கள் சகோதரியே" என்று சொன்னான். ஒரு நிமிடம் எனக்கும் ஒன்றும் விளங்கவில்லை. அதற்குப் பிறகு தான் இது எனக்கு என்ன நடந்தது என்ற உண்மையைச் சொல்ல நானும் அவர்களிடம் இந்த லூசுக்காக மன்னிப்புக் கேட்டு இந்த ரோஜாப் பூவை திரும்பக் கொடுக்கப்பார்த்தேன். ஆனால் அந்தப் பெண் "இல்லை அன்பே இதை உன்னோடு வைத்துக்கொள், உன்னுடைய அழகிற்கு எனது பரிசு" என்று என்னிடம் இதைத் திருப்பித் தந்துவிட்டு போயிட்டாள். நான் நினைக்கிறேன் இவன் பூவை எடுக்கும் போது அவளின், போய் ப்ரண்ட் அதைப் பாத்திருக்கிறான் போல. ஏதோ நல்லவர்களாக இருந்த படியால் தப்பினோம்" என்றாள் கஸ்தூரி.

"ஏன்டா நீ இப்படி?" என்றான் அனந்தயன் பிரவீனைப் பார்த்து.

அதற்கு, ஒன்றுமே நடக்காதவன் போல ஜூஸ் கோப்பியை உறிஞ்சிக் குடித்துக் கொண்டிருந்தான் பிரவீன்.

உணவு விடுதிப் பணியாளர் கோப்பியை வைத்துவிட்டுப் போக கஸ்தூரியும் அனந்தயனும் கதைக்க ஆரம்பித்தார்கள். தான் இங்கு வேண்டாத

பொருள் என்று உணர்ந்த பிரவீன் "சரி நண்பர்களே! சென்று வருகிறேன், மச்சான் நீயே இன்றைக்கு பற்றுச் சீட்டுக்கான பணத்தைச் செலுத்து" என்று சொல்லிக் கொண்டே எழுந்தான் பிரவீன், ஏதோ இதற்கு முன் அவன் தான் காசு கொடுப்பது போன்று.

"சரி சரி அடங்கு" என்று அனந்தயன் கூறவும், சிரித்தவாறே விடைபெற்றான் பிரவீன்.

கஸ்தூரி தனது புதிய வேலையைப்பற்றி அனந்தயனுக்கு சொல்லிக் கொண்டே இருந்தாள். ஆனால் அனந்தயனோ தன்னுடைய பெருமளவிலான கவனத்தை ஐ போனில் முகநூல் மென்பொருள் மீது தான் செலுத்திக் கொண்டிருந்தான். அப்படியே கோப்பியை ஒரு முறை குடித்தான் அனந்தயன். அப்போது அதில் இருந்த நுரை அவனுடைய உதட்டின் மேல் பகுதியில் ஒட்டிக் கொண்டது.

ஒட்டியுள்ள நுரையினை அனந்தயன் பொருட்படுத்தவில்லை. ஆனால் அனந்தயனின் உதட்டில் படிந்திருந்த நுரை கஸ்தூரிக்கு ஏதோ உறுத்தலாகவே இருந்தது. அனந்தயனின் உதட்டில் படிந்திருந்த நுரையினை உற்றுப் பார்த்துக் கொண்டிருந்த கஸ்தூரி தனது அழகிய புருவங்களை உயர்த்தி தன் கண்களால் அவனுடைய உதட்டின் மேல் பகுதியில் நுரை ஒட்டியிருப்பதை அனந்தயனுக்கு தெரியப்படுத்தினாள்.

அனந்தயன் அதனை முன்னால் இருந்த கை துடைக்கும் மெல்லிய தாள் மூலம் துடைக்க முற்பட்டான். ஆனால் அது முழுமையாகப் போகவில்லை. அதனை அவதானித்த கஸ்தூரி என்ன நினைத்தாளோ தெரியவில்லை தன் கையில் இருந்த கைக்குட்டையால் அந்த நுரையைத் துடைத்து விட்டு "இப்போது சரி!" என்றாள்.

இந்த நிகழ்வை எதிர்பாராத அனந்தயன் சற்றே ஆடிப்போனான். ஆனாலும் அதனை வெளிக்காட்ட அவனுக்கு விருப்பமில்லை. ஏனெனில் கஸ்தூரியும் அவனும் நீண்ட கால நண்பர்கள்.

இந்த நிகழ்வின் பின் இருவருக்கிடையிலும் கணப்பொழுது மௌனம் நிலவியது. இந்த மௌனத்தைக் கலைக்கும் விதமாக அனந்தயனைப் பார்த்து கஸ்தூரி அந்தக் கேள்வியை மீண்டும் இந்த முறையும் கேட்டாள்.

ஐ போனைப் பார்த்துக் கொண்டிருந்த அனந்தயன் சட்டென்று அவளை நிமிர்ந்து பார்த்து "கஸ்தூரி நீ எவ்வளவு தடவை இதைக் கேட்டாலும் என்னிடம் இருந்து வரும் பதில் எப்பவுமே ஒன்றுதான்" என்றான்.

"சரி நீ சொல்வது எனக்கு விளங்குறது. நீ என்மேல் வைத்திருக்கும் அன்பு, அக்கறை எல்லாம் எங்கள் நட்பின் அடையாளம் தான். ஆனால் நண்பர்கள் ஏன் காதலர்கள் ஆகக்கூடாது என்பதற்கு இன்றுவரைக்கும் நீ பதில் சொல்லவே இல்லை?" என்றாள் மீண்டும் அதே ஏமாற்றத்துடன் கஸ்தூரி.

"கஸ்தூரி நீ சொல்வது உண்மைதான், ஆனால் நீ ஒன்றும் தெரியாதவள் இல்லை. உன்னுடைய அறிவும் அனுபவமும் நிச்சயம் இதற்கான பதிலை உனக்குத் தந்திருக்கும் என்று நினைத்தேன். அப்படி இல்லையென்றால் நிச்சயம் இதற்கான பதிலை அது எதிர்காலத்தில உனக்கு கொடுக்கும்" என்று கூறி விடயத்திற்கு முற்றுப்புள்ளி வைக்க முற்பட்டான் அனந்தயன். அப்பொழுது கூட அவனுடைய கண்கள் முகநூல் மென்பொருளினையே நோக்கிக் கொண்டிருந்தன.

"அனந்தயா நீ இதற்கு முற்றுபுள்ளி வைக்கப் பார்க்கலாம், ஆனால் இன்று இல்லாவிட்டாலும்

என்றைக்காவது ஒரு நாள் உனக்கும் காதல் வரும், அந்தக் காதலி நிச்சயம் ஒரு நண்பன் ஆகத்தான் இருப்பாள். அந்த நம்பிக்கை எனக்கு உள்ளது. பார்ப்போம் உன்னுடைய தத்துவங்கள் எல்லாம் எவ்வளவு காலத்துக்கு என்று?" என்றாள் கஸ்தூரி ஒரு வெறுமையான பார்வையுடன். அந்தப் பார்வை பல அர்த்தங்களைச் சொல்லியது.

அந்த நேரத்தில் பாவம் அனந்தயன் அதனைக் கவனிக்கும் மனநிலையில் இல்லை. அவனுடைய பார்வை எல்லாம் கையில் இருந்த போனில்; தான் இருந்தது.

"சரி என்னுடைய இன்னொரு சந்தர்ப்பத்திற்காகக் காத்திருப்பேன்" என்று சொன்னவாறே கலங்கிய கண்களுடன் புறப்பட ஆயத்தமானாள் கஸ்தூரி.

"பொறு, பொறு" என்ற அனந்தயன் தனது காற்சட்டை பொக்கற்றில்; கையை வைத்து அழகிய பேனா ஒன்றை எடுத்து கஸ்தூரியிடம் நீட்டினான்.

"என்ன இது?" என்றாள் கஸ்தூரி.

"ஒன்றும் விசேஷம் இல்லை. இந்தப் பேனையை காலையில் தான் வடிவாக இருக்கு என்று வாங்கினேன். இது என்னிடம் இருப்பதை விட உன்கையில் இருந்தால் இதனுடைய அழகு பன்மடங்காகும்" என்றான் அனந்தயன்.

சிரித்துக் கொண்டே அதனை ஆசையுடன் வாங்கிய கஸ்தூரி, "நீ கள்ளன்டா, விருப்பத்தை உள்ளே வைத்திருப்பாய், ஆனால் வெளியில் பந்தா காட்டுவாய். பார்த்தாயா, உனக்கென்று ஆசையாய் வாங்கிய பேனையைக்கூட ஒருத்திக்காக கொடுக்கிறாயே இது தான் காதல். உன்னுடைய அறிவுக்கும் அனுபவத்திற்கும் இது இன்னும் விளங்கவில்லையா?." என்றாள் கஸ்தூரி.

ஒரு பெரிய சிரிப்புடன் அனந்தயன் "அப்படி எல்லாம் ஒரு மண்ணாங்கட்டியும் கிடையாது. இந்தப் பேனையை உனக்காகத்தான் வாங்கினேன். உனக்கு பேனைகள் மேல் உள்ள விருப்பம் எனக்குத் தெரியாதா? இதுவரைக்கும் 100 பேனைகளுக்கு மேல் நானே உனக்குக் கொடுத்திருக்கிறேன். அப்போதெல்லாம் வராத காதல் இந்தப் பேனையாலோ வரப்போகிறது" என்றான் மீண்டும் சிரிப்புடன்.

"ம்ம்…… காலம் பதில் சொல்லும்" என்று அதற்குப் பதிலளித்த கஸ்தூரி, சரி? நான் போயிட்டு வாறன். வாற கிழமை ஓய்வாக இருந்தால் என்னுடைய இடத்துக்கு வா, மதிய உணவு சேர்ந்து சாப்பிடலாம்" என்றாள்.

"ஓய்வாக இருந்தால் கட்டாயம் வருகிறேன்" என்றவாறே கஸ்தூரியிடம் இருந்து விடைபெற்றுக் கொண்டு கோப்பிக் கடையின் பணம் செலுத்தும் இடத்திற்குச் சென்றான் அனந்தயன், கஸ்தூரியும் விடைபெற்றுக் கொண்டு வாகனத்தரிப்பிடத்தை நோக்கிச் சென்றாள்.

இவ்வளவு நேரம் இந்த விடயங்களை எல்லாம் அவதானித்துக் கொண்டிருந்த "ஒருவன்" தன்னுடைய ஆசனத்தில் இருந்து எழுந்தான். கோப்பிக் கடையின் அந்தக் கண்ணாடிக் கதவை வேகமாகத் திறந்து கொண்டு புறப்பட்டான். அவனை அனந்தயனோ அல்லது கஸ்தூரியோ அவதானித்திருக்க வாய்ப்பில்லை.

அனந்தயனும் காசைக் கொடுத்துவிட்டு அந்தக் கோப்பிக் கடையை விட்டு தனது அலுவலகத்திற்கு வேகமாக நகர்ந்தான்.

தனது அலுவலகத்திற்குச் சென்ற அனந்தயன் நேரடியாகத் தனது அறைக்குச் சென்று தன் மடிக்கணினியை பையினுள் வைத்துவிட்டு, அதனையும்

தன்னுடைய மேலங்கியையும் எடுத்துக் கொண்டு வாகனத்தரிப்பிடத்தை நோக்கி வேகமாகச் சென்றான்.

தனது வெள்ளை நிற டொயாட்டா காரில் ஏறிய அனந்தயன் ஆசனப்பட்டியைப் போட்டபடி மீண்டும் தனது போனில் முகநூலினை நோட்டமிட்டான். அவனுக்கு மீண்டும் ஏமாற்றமே மிஞ்சியது. இதுவரை நண்பர் விண்ணப்பம் ஏற்றுக்கொள்ளப்படவில்லை. காரை இயக்கி வாகனத் தரிப்பிடத்தில் இருந்து காரை வெளியே எடுக்க முற்பட்டபோது தான் அச்சம்பவம் நிகழ்ந்தது.

திடீர் என்று ஒரு கறுப்பு நிற, டொயாட்டா மொன்ரிறோ ஜீப் வண்டி வந்து அவனுடைய காரை வழிமறிக்க, அனந்தயன் சடுதியாக பிறேக்கை அழுத்தி தனது காரை நிறுத்திவிட்டு அந்தக் காரில் உள்ளவனை உற்றுப் பார்த்தான்.

ஒரு சாதாரண நிறம், கவர்ச்சியான உயரம் இருக்கும், கண்ணில் கறுப்புக் கண்ணாடி அணிந்திருந்த அவனும் அனந்தயனைத் திரும்பிப்பார்த்தான். அவனுடைய செய்கையோ அனந்தயனது வாகனத்தை, வேண்டும் என்றே வழிமறித்துள்ளதென வெளிப்படையாக விளக்கியது. கோபத்தின் உச்சத்திற்குச் சென்ற அனந்தயன் வாகனத்தின் வாகன ஒலியெழுப்பியைப் பலமாக அடித்தான். அதனைச் செவியில் வாங்காதவன் போல நின்றிருந்தான் அந்த இளைஞன். அனந்தயன் மீண்டும் வாகன ஒலியெழுப்பியைப் பலமாக அடித்தான் பொறுமை இழந்தவனாக. திடீர் என்று என்ன நினைத்தானோ தெரியவில்லை தான் அணிந்திருந்த கறுப்புக் கண்ணாடியை ஒரு தடவை மேலே உயர்த்தி அனந்தயனை உற்றுப்பார்த்து விட்டு தனது வாகனத்தை அசுர வேகத்தில் இயக்கிக் கொண்டு அந்த இடத்தைவிட்டு விரைந்தான் அவன்.

இவற்றை எல்லாம் சற்றும் எதிர்பாராத அனந்தயன், "யார் இவன்? ஏன் இப்படிச் செய்தான்?" என்றெல்லாம் மனதில் கேள்வியை எழுப்பியவனாய் அந்த இடத்தைவிட்டு நகர்ந்தான்.

காரைத் தனது வீடு இருக்கும் அடுக்குமாடிக் கட்டிடத்தின் வாகனத் தரிப்பிடத்தில் நிறுத்திவிட்டு, மின் உயர்த்தியை நோக்கி வேகமாக நகர்ந்தான் அனந்தயன். மின் உயர்த்தியில் ஏறி தனது வீடு இருக்கும் மாடியின் இலக்கத்தை அழுத்தினான். அப்போது தான் அவனுடைய போனில் இருந்து முகநூலில் செய்தி வரும் சத்தம் கேட்டது.

மின்னல் வேகத்தில் தனது போனைப் பார்த்தவனின் முகம் சந்தோஷத் தில் பிரகாசித்தது. ஆம் அது இந்துஜா சிவகரனிடம் இருந்து வந்த முக நூல் பரிமாறப்படும் தகவல். மிக வேகமாக அதனை அழுத்தி வாசிக்க முற்பட்டான். ஆனால் ஒவ்வொரு முறையும் அவனுக்கு இணையம் தான் வில்லன். இப்போதும் அவன் மின் உயர்த்திக்குள் உள்ளதால் இணையத் தொடர்பு சரியாக இயங்கவில்லை.

"ச்சீ" என்று அழுத்துக் கொண்டான் அனந்தயன். மின் உயர்த்தி நின்றது. கதவு திறந்ததும் கடகடவென உள்ளே நுழைந்தார்கள், மின் உயர்த்திக்காகக் காத்திருந்த மற்றவர்கள், உள்ளே நுழைந்தவர்கள் அனைவரும் அந்த மாடிக்கட்டிடத்தில் வசிப்பவர்கள் என்பதால், எல்லோரும் மாறி மாறி இனிய மாலை வணக்கம் சொல்லிக் கொண்டனர் அதில் அனந்தயனும் இணைந்து கொண்டான்.

இன்னும் இணையம் சரிவரவில்லை. அவனுடைய பொறுமையை மின்னுயர்த்தியும் சோதித்தது. ஆம் மின் உயர்த்திப் பேருந்து போன்று ஒவ்வொரு மாடியாக நின்று

நின்று அவன் இறங்க வேண்டிய ஒன்பதாம் மாடி வரை சென்றது. பொறுமையை இழந்தவனாக மீண்டும் மீண்டும் அந்த செய்தியினை அழுத்திக் கொண்டு அவனுடைய வீட்டுக்கதவை நெருங்கி அழைப்பு மணியை அழுத்தினான். அவனுடைய அம்மா வந்து கதவைத்திறக்கவும் முகநூல் பரிமாறப்படும் தகவலையும் பார்க்கக் கூடியதாக இருந்தது. அது "யாரது" என்ற செய்தி ஆகும்.

அது என்ன செய்தி ஆனாலும் பரவாயில்லை. இந்துஜாவிடம் இருந்து வந்துள்ளதால் அவனுடைய மனதில் இனம்புரியாத சந்தோசம் குடி கொண்டது. இந்தச் சந்தோசத்தில் அனந்தயனின் அம்மா கதவைத் திறந்தபடி ஏதோ சொன்னதைக் கூட செவியில் எடுத்துக் கொள்ளாமல் அவனுடைய அறைக்குச் சென்றான்.

காலில் அணிந்திருந்த சப்பாத்தையும் கழுத்தை இறுக்கிக் கொண்டிருந்த கழுத்துப்பட்டியையும் கழற்றிவிட்டு கட்டிலில் போய் அமர்ந்த அனந்தயன், மீண்டும் மீண்டும் அந்த செய்தியினைப் பார்த்துக் கொண்டிருந்தான். என்ன பதில் அனுப்பலாமென்ற புதிய குழப்பம் இப்போது அவனைக் கௌவிக் கொண்டது.

கையில் தேநீர் கோப்பையுடன் உள்ளே நுழைந்த அம்மா "இந்தா தம்பி தேநீர்" என்று அதனை அருகில் இருந்த மேசையின் மேல் வைத்துவிட்டு மீண்டும் சமையல் அறை நோக்கி நகர்ந்தார். தேநீரை மெல்ல எடுத்து சுவைத்தபடி, தன்னைத்தானே ஆசுவாசப்படுத்திக் கொண்டு பதிலை அனுப்ப ஆயத்தமானான் அனந்தயன்.

நெஞ்சில் ஒருவித படபடப்புடன் தன்னைப் பற்றிய ஒரு சிறிய அறிமுகத்துடன், உங்களுடன் முகநூல் நண்பனாக இருக்க வேண்டும் போலத் தோன்றியது, அதுதான் நண்பர் விண்ணப்பம் அனுப்பினேன் என பதில் அனுப்பினான் அனந்தயன். அப்படியே கட்டிலில் சாய்ந்து

ஐந்து நிமிடங்கள் தனது போனையே பார்த்துக் கொண்டிருந்தான். பதில் ஏதும் வரவில்லை, நேரம் சென்று கொண்டிருந்தபடியால் குளியல் அறையை நோக்கி எழுந்து சென்றான்.

குளியல் அறையில் இருந்து வெளியில் வந்தவன் நேரே கட்டிலுக்கு அருகில் மின்விசைச் சேர்வியில் போடப்பட்டிருந்த தனது தொலைபேசியை எடுத்துப் பார்த்தான். அவனுடைய கண்களில் இனம் புரியாததொரு ஆனந்தம்.

"தம்பி சாப்பாடு தயாராக இருக்கு பசித்தால் இப்பவே சாப்பிடு" என்று அனந்தயனின் அம்மா சொன்னது கூட அவனுடைய காதில் விழவில்லை. அவனுடைய தொலைபேசியில் இந்துஜாவிடமிருந்து வந்த செய்தி தான் ஒரு நிமிடமாக அவனுடைய எண்ணங்களைக் கொள்ளை கொண்டிருந்தது. வேகமாக கிளிக் செய்து செய்தியை வாசிக்க முற்பட்டான்.

"எனக்கு உங்களை யாரென்று தெரியவில்லை. உங்களுக்கும் என்னைத் தெரிந்திருக்க வாய்ப்பில்லை. ஏனெண்டால் உங்களுக்கும் எனக்கும் இடையில் பரஸ்பர நண்பர் கூட முகநூலில் இல்லை. அப்படி இருக்க உங்களை நான் எப்படிச் சேரக்க முடியும்?" என்ற ஒரு கேள்வியைக் கேட்டிருந்தாள்.

இந்தச் செய்தியினைப் பார்த்த அனந்தயனுக்கு என்ன பதிலளிப்பது என்ற குழப்பம். அவள் கேட்பது உண்மைதானே என்று குழம்பியவன் அந்த செய்திக்கு கீழே இருந்த "எப்படி இருக்கிறீர்கள்?" என்ற செய்தியை வாசித்தான்.

சடுதியாக அவனுக்கு ஒரு யோசனை தோன்றியது. முதலாவது கேள்விக்குப் பதிலளிக்காமல் இரண்டாவது

கேள்விக்கு "ஆம் நான் நலம், நீங்கள் எப்படி இருக்கிறீர்கள்?" என்ற பதில் வழங்கினான்.

"நல்லது. இதைக் கேட்பதில் மிக்க சந்தோசம் நானும் நலம்". என்று அவளிடம் இருந்து பதில் உடனடியாக வந்தது. அவனுடைய திட்டம் சரியானது என்பதை அறிந்து கொண்ட அவன், அவள் ஆன்லைன் இல் தான் இருக்கிறாள் என்பதையும் புரிந்து கொண்டு, மீண்டும் "உங்கள் வேலை எல்லாம் எப்படிப் போகிறது?" என கேட்டு செய்தி அனுப்பினான்.

"ஆம் அது நல்லபடியாகப் போகிறது. உங்களுடைய வேலை எப்படி?" என்றாள் அவள் பதிலுக்கு.

"ம்ம்ம் என்னுடைய வேலையும் நன்றாகத்தான் போகிறது. வார நாட்களில் மட்டும் தான் வேலை வார இறுதியில் எப்பவும் ஓய்வு தான்" என்றான். அவனுக்குத் தெரியும் பெண்களுக்கு எப்போதும் வேலைப்பழு என்று சொல்லும் ஆண்களைப் பிடிக்காது என்பது.

"நல்லது, வார இறுதியில் ஓய்வாக இருப்பது தான் நல்லது. ஆனால் இங்கு இருப்பவர்கள் எல்லோரும் சந்தோஷங்களை எல்லாம் தொலைத்துவிட்டு இரண்டு மூன்று வேலைக்கு ஓடிக் கொண்டே இருப்பார்கள். பிறகு தங்களுடைய பிற்காலங்களில் அந்தச் சந்தோசங்களைப் பெறுவதற்கு உழைத்தது எல்லாத்தையும் இழப்பார்கள்." என்று பதில் அனுப்பினாள் இந்துஜா.

"அது உண்மைதான், நீங்கள் எப்படி" என்று பதில் அனுப்பினான் அனந்தயன்.

"நல்லது, நான் அவர்களின் வகையில் சேரமாட்டேன். என்னுடைய வேலை வார நாட்களில் மட்டும் தான். வார இறுதி முழுமையாகவும் திவ்வியாவுடன் தான்

என்னுடைய பொழுது போக்கு, அதில் தான் என்னுடைய சந்தோசம்" என்று அனுப்பினாள்.

திவ்வியா யாராக இருக்கும்? நிச்சயம் இந்தப் பெயர் அந்த அழகிய குழந்தையின் பெயராகத் தான் இருக்கும் என்று தனக்குள் நினைத்துக் கொண்ட அனந்தயன், அதனை உறுதிப்படுத்தும் வகையில் "திவ்வியா நல்ல அழகானவள்" என்று அனுப்பினான்.

"ஆம்! அவ அம்மா மாதிரி" என்றாள் இந்துஜா.

அவனுடைய மனதில் இப்போது அதே குழப்பம்!! "இந்தக் குழந்தையினுடைய அம்மா யார்? இந்துஜாவாக இருக்கக்கூடும் என்று நினைத்தவாறே "ஆம் ஆம்" என்றான் பதிலுக்கு.

இதனைப் பார்த்து மனதில் சற்றே குழப்பம் அடைந்த இந்துஜா "ஆம்" என்ற பதிலை மட்டுமே அனுப்பினாள்.

"இலண்டனில் நீங்கள் எங்கே?" என்றான், ஏதோ இவனுக்கு இலண்டனில் உள்ள அனைத்து இடங்களும் பரிட்சயமானது போன்று. உண்மையில் ஒரு கூகிள் வரைபடம் மற்றும் கூகிள் ஏத் இன் உதவியுடன் தான் இவன் ஒரு சில இடங்களை இலண்டனில் பார்த்துள்ளான்.

"நான் இலண்டனில் உள்ள தெற்கு ஹரோவில், நீங்கள் கொழும்பில் எங்கே?" என்றாள் இந்துஜா.

"கொழும்பு - 4" இல் என்றவாறே, வேகமாக ஐபோனில் இலண்டன் நேரத்தினைப் பார்த்தவன், உடனடியாக "இப்போ அங்கே பி.ப 2.15 தானே" என்று அனுப்பினான்.

"ஆம், அதுதான் மதிய உணவில் இருக்கின்றேன்" என்று பதில் கொடுத்தாள் அவள்.

"ஏன் இவ்வளவு தாமதமாக மதிய உணவு?" என்று கேட்டான் அனந்தயன்.

"அலுவலகம் ஒன்றில் வாடிக்கையாளர் தொடர்பு அதிகாரியாக இருக்கின்றேன். இது நிலம் மற்றும் வீடு விற்பனை முகவர் செய்கின்ற நிறுவனம், இன்றைக்கு கொஞ்சம் வேலை கூட" என்றாள் இந்துஜா.

"ஓ.சரி சரி. அது நல்லது, நிலம், வீட்டு விற்பனை முகவர் வியாபாரம் எல்லா இடத்திலும் நல்லாத்தான் நடக்கிறது" என்றான் அவன்.

"ம்ம்ம் நாங்க நிறைய வேலைத்திட்டங்களை இப்போது இலண்டனிலும் பிரித்தானியாவிற்கு வெளியேயும் செய்கிறோம்" என்றாள் அவள் பதிலுக்கு.

அவர்களுடைய தகவல் பரிமாற்றங்கள் இவ்வாறே பொது விடயங்களில் நீண்டு சென்றது. திடீரென்று "எனது மதிய போசன இடைவேளை முடியப்போகிறது நான் போக வேண்டும். பிறகு சந்திப்போம்" என்று அனுப்பினாள் இந்துஜா.

"ஓ! சரி நல்லது, இப்போது நாங்கள் நண்பர்கள் ஆகிவிட்டோமே? இனி நீங்கள் என்னை நண்பனாக சேர்க்கலாம் தானே?" என்று அனுப்பினான் அனந்தயன்.

சிரிப்புக்கான ஒரு குறியீட்டையும் சேர்த்துவிட்டு "நீங்கள் திறமையான ஒருவர்!" என்றதுடன். மேலும் "சரி சென்று வருகிறேன். உங்களைக் கவனித்துக் கொள்ளுங்கள்"; எனவும் அனுப்பினாள்.

அனந்தயன் மனதில் சிறு குழப்பம் இருந்தாலும் "சரி சென்று வருகிறேன். நாங்கள் மீண்டும் விரைவில் பேசுவோம்" என்று அனுப்பினான். அதற்கு பதில் ஏதும் வரவில்லை என்பதால், அவள் வேலைக்கு மீண்டும்

போய்விட்டாள் என்று தன்னுடைய மனதை தானே தேற்றிக் கொண்டான் அனந்தயன்.

தொலைபேசியில் அவளின் சுயவிபரக் கோவையை மீண்டும் ஒரு முறை பார்வையிட்டவன், அவள் தன்னுடைய குடும்பத்தைப் பற்றி ஒன்றும் சொல்லவில்லையே என்று மனதில் குழப்பம் அடைந்தான். இதனை அவளிடம் கேட்க அந்த நேரத்தில் தோன்றவில்லை. தொலைபேசியைப் பக்கத்தில் மின்விசைச் சேர்வியில் போட்டுவிட்டு, தனது கட்டிலில் சிறிய புன்னகையோடு சிறிது நேரம் கனவுலகத்துக்குப் போனவனை, அவனது வயிற்றின் சத்தம் குழப்பியது. எழுந்து சாப்பிடுவதற்கு முன்னறைக்குச் சென்றான்.

அவனுடைய மனது சந்தோசமும், குழப்பமும் நிறைந்து காணப்பட்டது. ஆனால் அது ஏன் என்று அவனால் முழுமையாகப் புரிந்து கொள்ள முடியாத நிலையில் இருந்தான். "டேய் தம்பி இந்த தொலைக்காட்சிக் கட்டணத்தை ஒருக்கா கட்டிவிடுகிறாயா?, அப்பாவிட்ட சொன்னால் செய்யமாட்டார். அவங்கள் வெட்டிட்டாங்கள் என்றால் நான் பார்க்கிற தொடரினைப் பார்க்க முடியாமல்; போயிடும்" என்றார் அனந்தயனின் அம்மா.

"சரி அம்மா நாளைக்கே கட்டிவிடுகிறேன்" என்றான் அனந்தயன். "என்னம்மா ஒரு கிழமை கழித்துப் பார்த்தால் கூட அதே இடத்தில் தான் இழுத்தடிப்பாங்கள். உங்களை மாதிரி ஆட்களை நம்பித்தான் இவங்கள் இந்த தொடர்களைக் கொண்டு போய்க்கொண்டிருக்கிறாங்கள். எப்ப பார்த்தாலும் அவள் இவளைப் பழிவாங்கிறது, இவள் அவளைப் பழிவாங்கிறது என்று ஒரே விடயத்தை எல்லா தொடரிலும் காட்டிக்கொண்டே இருப்பார்கள். எப்படித்தான் அலுக்காமல் எல்லாத் தொடர்களையும் பார்த்துக் கொண்டிருக்கிறீங்க அம்மா" என்றான் அனந்தயன்.

"போடா உனக்கு என்ன தெரியும் வாழ்க்கையில நடக்கிறதைத் தான் அவங்கள் காட்டுறாங்கள். அது மட்டும் இல்லையடா இந்தத் தொடர்களை விட்டால் வீட்டில் தனிய இருந்து வேறு என்ன செய்ய. நீயும் அலுவலகத்திற்குப் போயிடுவாய் பிறகு வீட்டுக்கு வந்ததும் விறுவிறு என்று சாப்பிட்டுவிட்டு மடிக்கணனியினைத் தூக்கிக்கொண்டு உன்னுடைய அறைக்குப் போய் கதவைப் பூட்டி விடுவாய். அப்பாவும் வேலையால் வந்ததும் செய்தித்தாள் எல்லாத்தையும் எடுத்துக்கொண்டு ஏதோ இவருக்கு அதில் பரீட்சை மாதிரி ஒரு பேப்பரையும் விடாமல் வாசிக்க அறைக்குப் போயிடுவார்.

போதாக்குறைக்கு ஒரு நாலு அடி தூரத்தில் எல்லா வீட்டுக் கதவுகள் இந்த அடுக்குமாடி வீட்டில் இருந்தும், இங்க இருக்கின்ற சனங்கள் எல்லாம் ஏதோ சிறைக்குள் இருப்பது போல் கதவுகளை இறுக்கி மூடிக் கொண்டு இருப்பார்கள். என்ன செய்ய எங்களைப் போன்றவர்களுக்கு இந்தத் தொடர் களும் அதில் வருபவர்களும் தான் உறவுகளும் அயலவர்களும் மாதிரியடா" என்றார் அம்மா. அவ்வாறு அம்மா கூறிக் கொண்டிருக்கும் போதே இரவுச் சாப்பாட்டை சாப்பிட்டவாறு அவர் சொல்வதிலும் உண்மையுள்ளது என்று மனதில் நினைத்துக் கொண்டான் அனந்தயன்.

சாப்பிட்டு முடித்து விட்டு மீண்டும் வேகமாகத் தனது தொலைபேசிக்கு அருகில் வந்து அதனை எடுத்து மீண்டும் முகநூலைத் திறந்தான். இப்போது அவனுடைய முகம் பிரகாசமாக மலர்ந்தது. தனது வலது கை விரல்களை மடக்கி இறுக்கியபடி மேலும் கீழுமாக வேகமாகக் கையை ஆட்டியபடி "ஆம் ஆம்" என்றான் ஆர்வ மிகுதியில். ஏதோ பரீட்சை ஒன்றில் சித்தி பெற்றவன் போல் அவனுடைய மனம் பூரிப்படைந்தது.

தனது நண்பர் விண்ணப்பத்தை ஏற்றுக் கொள்ளப்பட்டதைப் பார்த்தவனின் கண்களில் இப்போது இனம் புரியாத ஒரு பதற்றம் தோன்றியது. ஏன் இவ்வாறு எல்லாம் ஏற்படுகின்றது என்று தன்னைத்தானே கேட்டுக் கொண்டான் அனந்தயன்.

ஆர்வத்தின் மிகுதியால் மீண்டும் மீண்டும் இந்துஜாவின் சுயவிபரக் கோவையைப் பார்த்தான். இப்போது வேறு சில படங்களும் அவனால் பார்க்கக் கூடியதாக இருந்தது. அதில் இந்துஜா அவளுடைய நண்பர்களுடனும் அந்த அழகிய குழந்தையுடனும் எடுத்திருந்த படங்களைப் பார்க்க முடிந்தது.

அவற்றையெல்லாம் மீண்டும் மீண்டும் பார்த்தான் அனந்தயன். அப்படங்கள் அனைத்தும் அவனுடைய மனதில் புதிய பல மாற்றங்களை ஏற்படுத்துவதை அவன் அறியாமல் இல்லை. ஆனால் என்னவோ அவன் அதிக நேரம் பார்த்தது அந்தக் குழந்தையின் படத்தைத்தான் என்பதைச் சிறிது நேரம் கழித்தே புரிந்து கொண்டான். அவனுடைய குழப்பத்திற்கு மிகப் பெரிய காரணம் அந்தக் குழந்தையின் படம் அந்தப் பெண்ணினது இல்லை என்பதால் இப்போது அவனுடைய மனதில் சிறிய தெளிவு தெரிந்தது.

ஒரு வகையில் அது அவனது மனதிற்கு அமைதியைக் கொடுக்கவே அவனுடைய கைவிரல்கள் அவனுடைய அனுமதியின்றி இயங்கி அந்த அழகிய குழந்தையின் படத்தைத் தனது தொலைபேசியின் முதலாவது பகுதியில் காணப்படும் படமாக மாற்றம் செய்ய வைத்தது.

இப்பொழுது அந்த அமைதியான மனநிலையுடன் மீண்டும் ஒரு முறை அந்தக் குழந்தையின் முகத்தைப் பார்த்துவிட்டு அவனுக்குப் பிடித்த நிகழ்ச்சியினைத்

தொலைக்காட்சியில் பார்க்க எழுந்து சென்றான். ஏனோ அவனுடைய மனம் நிறைவாகக் காணப்பட்டது.

இயூஸ்டன் புகையிரத நிலையம், இலண்டன் நேரம் 4.30 p.m

தனது புகையிரத்திற்காகக் காத்துக் கொண்டிருந்தாள் இந்துஜா, திடிரென்று என்ன நினைத்தாளோ தெரியவில்லை. அந்தக் கணமே தனது தொலைபேசியை எடுத்து முகநூலிற்குச் சென்று, தான் ஏற்றுக்கொள்ளல் செய்த அனந்தயனின் சுயவிபரக் கோவையை எடுத்துப் பார்த்தாள். ஏன் இவன் என்னுடன் நண்பனாக இருக்க ஆசைப்பட்டான்? இவன் உண்மையில் யார்? என்ற குழப்பம் அவள் மனதைப் பற்றிக் கொண்டது. இவனுக்கும் எனக்கும் எந்தச் சம்பந்தமும் இல்லையே! இவன் எப்படி என்னுடைய சுயவிபரக் கோவையைக் கண்டுபிடித்தான்? யாராவது என்னுடைய சுயவிபரக் கோவையை இவனுக்குக் காட்டினார்களா? அல்லது இவனே தேடிக்

கண்டுபிடித்தானா? ஏன் என்னைத் தேட வேண்டும்? என்று மனதில் ஏற்பட்ட குழப்பத்துக்கு விடை தேட முற்பட்டாள்.

சரி இவன் யார்? என்று பார்ப்போம் என்று நினைத்து அவனுடைய சுயவிபரக் கோவை விபரத்தைப் பார்த்தாள். ஆம் இவன் ஒரு முகாமைத்துவக் கணக்காளர், யாழ்ப்பாணத்தைச் சேர்ந்தவன் என்ற தகவலைப் பார்த்துக் கொண்டாள். மேலும் இவன் திருமணமானவனா? என்று பார்ப்பதற்கு அவள் மனம் துடித்தது. ஆனால் அவன் முகநூலில் அதைப்பற்றி எதையும் போடவில்லை, திருமணம் ஆனதற்கான அடையாளங்களும் இருக்கவில்லை. அப்படியே அவனுடைய ஒவ்வொரு படங்களையும் பார்த்துக் கொண்டிருந்தவாறே ஏன் இவன் என்னை நண்பராக்க வேண்டும் என்று நினைத்து நினைத்துக் குழப்பமடைந்தாள் இந்துஜா.

"என்னை மன்னியுங்கள், நீங்கள் இந்துஜாவா?" என்ற ஒரு குரல் அவளது கவனத்தை தொலைபேசியிலிருந்து நிலை குலைய வைத்தது.

"ஆம், நான்...." என்றபடியே முகத்தினை நிமிர்த்திப் பார்த்தவளின் முகம் ஆச்சரியத்தாலும் மகிழ்ச்சியாலும் மலர்ந்தது. "ஹாய் சிந்து எப்படி இருக்கிறாய்?" என்றபடியே பாய்ந்து அவளை இறுகக் கட்டிப்பிடித்தாள் இந்துஜா.

இந்துஜா இலண்டன் வந்த காலத்தில் இருந்து சிந்து தோழியாவாள். ஆனால் கடந்த மூன்று வருடங்களாக அவளுக்கும் இவளுக்கும் இடையில் எந்தத் தொடர்பும் இல்லாது போயிருந்தது. இறுதியாக அவளை இதே புகையிரத நிலையத்தில்தான் மூன்று வருடங்களுக்கு முன் இந்துஜா சந்தித்து இருந்தாள். அன்று, "தான் கல்யாணத்திற்காக ஊருக்குப் போகின்றேன் எனவும்,

ஊரில்தான் மாப்பிள்ளை, அவர் கணக்காளர்" என்றும் கூறி இருந்தாள். ஆனால் அதற்குப் பிறகு அவளுடைய அனைத்துத் தொடர்புகளும் இல்லாமல் போய் விட்டது. முகநூலிலும் கூட அவள் இல்லை. கல்யாணத்திற்குப் பிறகு இலண்டன் நகருக்கு வெளியே தான் குடியேறுவாள் என்றும் சொல்லியிருந்தாள் சிந்து.

இன்று அவளைத் திடீர் என்று சந்தித்ததும் மகிழ்ச்சியின் உச்சியில் அவளைக் கட்டி அணைத்துக்கொண்டாள் இந்துஜா. அப்போது தான் அவள் உணர்ந்தாள் சிந்து தன்னை இறுகப் பிடித்து அழுது கொண்டிருப்பதை. உடனே அவளைத் திருப்பி "ஏன்டி என்ன நடந்தது?!" என்று திகைப்புடன் கேட்டாள் இந்துஜா.

சிந்துவோ எதுவும் பேச முடியாமல் தேம்பித் தேம்பி அழ ஆரம்பித்தாள். "தயவுசெய்து, சொல்லு என்ன நடந்தது? உனக்கு திருமணம் முடிந்துவிட்டது தானே?" என்றாள் இந்துஜா.

"ஆம்" என்றாள் சிந்து. ஆனால் அவளுடைய முகத்தில் எந்தச் சந்தோசமும் இல்லை.

"ஏன் குடும்பவாழ்வில் ஏதாவது பிரச்சினையா?" என்றாள் இந்துஜா.

"ஓம், எல்லாமே பிரச்சினைதான்" என்றவளின் முகத்தில் கோப அலைகளையும் பார்த்தாள் இந்துஜா.

"ஏன் என்ன நடந்தது?" என்று கேட்ட இந்துஜாவைப் பார்த்த சிந்து, "இல்லை அது பெரிய கதை இப்ப நீ வேலைக்குப் போய்க் கொண்டிருக்கிறாய் என்று நினைக்கிறன் பிறகு சந்திப்பம். உன்னுடைய தொலைபேசி இலக்கத்தை கொடு" என்றாள் சிந்து. "இல்லை வீட்டுக்குத்தான் போய்க் கொண்டிருக்கிறேன், உனக்கு

இப்ப நேரம் இருந்தால் கோப்பிக் கடை ஒன்றிற்குப் போய்ப் பேசுவம் வா" என்றாள் இந்துஜா.

"சரி" என்றாள் சிந்து. இருவரும் அருகில் இருந்த கோப்பிக் கடைக்குச் சென்று, கோப்பியை வாங்கிக் கொண்டு ஓரமாய் இருந்த இருக்கைகளில் அமர்ந்து கொண்டார்கள்.

சிந்துவின் கண்கள் அழுது களைத்திருந்தது. அவளுடைய முகம் முன்பு இருந்த பொலிவை இழந்து மிகவும் சோர்வுடன் காணப்பட்டது. ஒரு காலத்தில் அவள் சிம்ரன் (தமிழ் சினிமா நடிகை) அழகுக்கு ஒப்பிட்டுப் பலர் பேசுவதை தன் காதுகளாலேயே கேட்டிருந்த இந்துஜாவிற்கு இன்று அவளுடைய தோற்றம் மிக வேதனையளித்தது. அவளுடைய தோற்றமே அவளுடைய வாழ்க்கையில் வேதனைகளும் சோதனைகளும் சூழ்ந்து கொண்டிருப்பதைக் காட்டியது. ஆனால் அது என்னவென்று தான் அவளுக்கு விளங்கவில்லை. "ஏன் என்ன நடந்தது? என்றாள் இந்துஜா.

"எல்லாமே சோகம் தான்" என்றபடி தன்னுடைய நிலையைச் சொல்ல ஆரம்பித்தாள் சிந்து. "உனக்குத் தெரியும் தானே எனக்கு ஊரில் மாப்பிள்ளை பார்த்து இருந்தது, அவன் ஒரு கணக்காளர்" என்றாள்.

இரண்டு கைகளாலும் கோப்பியை எடுத்து வாயில் வைத்து அதனை உறிஞ்சியபடி கண்களை மேல் நோக்கி அவளைப் பார்த்தவாறே ஆம் என்பது போல் தலை அசைத்தாள் இந்துஜா. "இங்கு இருக்கிற பையன்கள் எல்லாம் சரியில்லை, ஊரில்தான் மாப்பிள்ளை பார்க்க வேண்டுமென்று அம்மாதான் அடம்பிடித்து அவனைப் பார்த்தவ. படித்திருக்கிறான், கணக்காளராக வேலையும் செய்கிறான் என்றதால் நானும் சம்மதம் சொன்னேன்.

உனக்கும் அதைச் சொன்னனான் தானே? ஞாபகம் இருக்கா?" என்றாள் சிந்து.

இப்பவும் ஆம் என்பதைப்போல் தலை அசைத்துக் கொண்டு தன் கையிலிருந்த கைதுடைக்கும் கடதாசியால் உதட்டில் ஒட்டி இருந்த நுரையைத் துடைத்தாள் இந்துஜா...

அப்போது இந்துஜாவின் போனில் முகநூலில் பரிமாறப்படும் தகவல் ஒன்று வரவும், அப்படியே அதனை நோட்டமிட்டாள். அது அனந்தயனிடமிருந்து வந்திருந்தது, எனினும் தனது நண்பி தன்னுடைய பிரச்சினையைக் கூறிக் கொண்டிருக்கும் போது அதனை கிளிக் செய்து பார்ப்பதற்கு அவளுடைய மனம் இடம் கொடுக்கவில்லை.

இந்துஜாவின் பார்வையில் ஏற்பட்ட மாற்றத்தைப் பார்த்து "ஏதாவது முக்கியமான தகவல் என்றால் எடுத்துப்பார்" என்றாள் சிந்து.

"இல்லை, இல்லை நீ சொல்" என்றாள் இந்துஜா.

"எங்களுக்கு முதலில் எல்லாம் சரியாகத்தான் தெரிந்தது, நாங்களும் ஊருக்குப் புறப்பட்டுப் போனோம், கல்யாணமும் என்னுடைய விருப்பம் போலவே சாதாரண முறைப்படி எளிமையாக நடந்தது. அவனுடைய குடும்பமும் எங்களோடு நன்றாகத்தான் இருந்தார்கள். இருபது நாட்களிலேயே நான் திரும்பி வந்து அவனுக்கு அனுசரணை செய்து இலண்டனுக்கு அழைக்கும் வேலையைச் செய்தேன். என்னுடைய வேலை எவ்வளவு நல்லதென்று உனக்குத் தெரியும் தானே? அதனாலே எந்தப் பிரச்சினையும் இல்லாமல் மூன்று மாதத்திலேயே அவனைக் கூப்பிட்டேன். எல்லாம் சுமுகமாக முடிந்தது. அவன் இங்கு வந்ததும் உடனடியாக அவனால் கணக்காளர் வேலை எடுக்க முடியவில்லை. அதனால் பல்பொருள்

அங்காடி ஒன்று தொடங்கப் போகிறேன். 80,000 பவுன்ஸ் தேவை என்று புலம்பிக் கொண்டிருந்தான். நானும் கொழும்பில் இருந்த அடுக்குமாடி வீட்டினை விற்று அந்தக் காசைக் கொடுத்தேன்.

நாங்கள் சந்தோசமாகத் தான் இருந்தோம். மிக அன்பாக இருந்தான். நான்தான் அவனுடைய தேவதை என்பான். இலண்டன் தனது கனவு நகரம் அதைக் காட்டிய தேவதை நீதான் என்பான். நாங்கள் குழந்தை பெற்றுக் கொள்வோம் என்று கேட்டபோது இப்ப வேண்டாம் தனக்கு நிரந்தரக் குடியிருப்பு வரட்டும் என்றான். அவன் விரும்பிய மாதிரியே நிரந்தரக் குடியிருப்பும் இரண்டு வருடத்தில் வந்தது. நிரந்தரக் குடியிருப்பு அவனுக்கு வந்த உடனேயே தன்னுடைய சொத்து வருமான நிலையைக் காட்ட வேண்டும் என்று என்னுடைய பெயரில் நடத்திய பல் பொருள் அங்காடியை அவனுடைய பெயருக்கு மாற்றும்படி சொன்னான். நானும் கணவன் தானே என்று மாற்றினேன். அன்றிலிருந்து தான் அவனுடைய சுயரூபம் தெரிய ஆரம்பித்தது. அவன் என்னைக் கல்யாணம் பண்ணியதே இலண்டனிற்கு வரத்தான். அதுமட்டுமல்லாமல் என்னுடைய சொத்தையும் எடுத்துவிட்டான்."

சிந்துவின் கண்களில் கோபமும், கவலையும் பற்றிக் கொண்டது. "இப்போதெல்லாம் இலண்டன், கனடா, அவுஸ்திரேலியாப் பெண்களை மணக்கத் திட்டம் போடுவது அந்த நாடுகளுக்கு வரமட்டும்தான். இதற்கு இப்போ சிறப்பான தரகர்கள் கூட இருக்கிறார்கள்" என்றாள் கோபத்துடன். சிந்து இப்படிச் சொல்ல, இந்துஜாவின் மனதில் ஏதோ ஒரு பயம் ஒட்டிக் கொண்டது. அதனை அவதானித்த சிந்து "ஏன் உனக்கும் அப்படி ஏதாவது பிரச்சினையா?" என்றாள் இந்துஜாவைப் பார்த்து.

"இல்லை, இல்லை அப்படி ஒன்றும் இல்லை. இப்படி எல்லாம் ஊரில் உள்ள ஆண்கள் சிந்திப்பார்களா?" என்றாள் குழப்பமான மனநிலையோடு இந்துஜா.

"ஓம் இப்போ இலண்டன் வருவது முடியாத காரியம் தானே! இதை இங்கு வருவதற்கு ஒரு வழியாகப் பயன்படுத்துகிறார்கள்.

இப்போது அவன் என்னோடும் இல்லை. வீட்டுக்கு வருவதும் இல்லை. வேறு ஒருத்தியுடன் சுத்திக் கொண்டு திரிகிறான். நான் விவாகரத்து எடுக்க சொலிசிற்றரிடம் கதைக்கத்தான் போய்க் கொண்டிருக்கிறேன். அது மட்டுமில்லாமல் நான் மாற்றிக் கொடுத்த பல் பொருள் அங்காடியை எனக்குத் தெரியாமல் வேறு ஒராளுக்கு விற்றுவிட்டான். இப்போ அவனிடம் எந்தச் சொத்தும் இல்லை, வேலையும் இல்லை என்ற மாதிரிக் காட்டுகிறான். அவனுக்குத் தெரியும் விவாகரத்திற்குப் போனால் சொத்தில் பாதி எனக்கு வரும் என்று, எல்லாத்தையும் திட்டம் போட்டு என்னை ஏமாத்தி இருக்கிறான், நான்தான் வெகுளியாக இருந்துவிட்டேன்" என்று மீண்டும் கண்கலங்கினாள்.

அவளுடைய நிலையைப் பார்த்து இந்துஜாவும் கண்கலங்கி அவளைக் கட்டித்தழுவினாள். "சரி நீயாவது கவனமாக இரு எனக்கு நேரமாகிவிட்டது." என்றபடி இந்துஜாவின் தொலைபேசி இலக்கத்தை வாங்கிக் கொண்டு சிந்து புறப்பட்டாள்.

மனதில் ஒரு குழப்பத்துடன் சிந்து போவதை வெறித்துப் பார்த்துக் கொண்டிருந்தாள் இந்துஜா. மீண்டும் அவளுடைய தொலைபேசியில் முகநூலில் பரிமாறப்படும் தகவல் ஒலித்தது, அது அனந்தயணிடம் இருந்து மேலும் ஒரு செய்தி வந்திருப்பதாக காட்டியது. ஆனால் இப்போது அவளுடைய மனம் அந்தச் செய்திகளைப் பார்க்கத்

தூண்டவில்லை. மாறாக அவற்றைப் புறக்கணித்தவளாய் எழுந்து, அந்த புகையிரத மேடையில் அவளுக்கான புகையிரதம் வருகின்றதா எனப் பார்க்கப் போனாள் கனத்த மனதுடன். இது தனது நண்பியின் சோக நிலையால் உருவானதா? அல்லது வேறு காரணமா? என்பதை அவளால் பகுத்தறிய முடியவில்லை.

புகையிரதத்தில் ஏறிய இந்துஜா தனது முகநூலை எடுத்துப் பார்த்துக் கொண்டிருந்தவளுக்கு அனந்தயன் அனுப்பிய செய்தியினைப் பார்க்க வேண்டும் என்று தோன்றவில்லை. அதனை வேண்டும் என்றே புறக்கணித்தாள் எனலாம். காரணம் சிந்துவின் நிலை அவளை முற்றாகப் பாதித்திருந்தது.

தனது முகநூலில் "ஏமாறுபவர்கள் இருக்கும்வரை ஏமாற்றுபவர்களும் இருப்பார்கள் இவ்வுலகில்" என்ற புதிய தகவலைப் பதிவு செய்தாள். விரும்புதல்கள் குவிய ஆரம்பித்தன. அதனைப் பார்த்தவாறு இருந்தவள் அனந்தயனும் அதனை விரும்புதல் பண்ணுவதை அவதானித்தாள் இந்துஜா. இப்போது ஏனோ அவள் மனம் அவன் அனுப்பி இருந்த செய்தியைப் பார்க்கத் தூண்டியது. செய்தியைக் கிளிக் செய்தாள், "வேலை முடிந்து விட்டதா?" என்ற செய்தியும் "நீங்கள் இப்போ ஓய்வாக உள்ளீர்களா?" என்ற செய்தியும் வந்திருந்தது. அதனைப்பார்த்த இந்துஜாவுக்கு அந்த நேரத்தில் அதற்குப் பதில் போடுவதற்குத் தோன்றவில்லை.

கண்களை மூடி அமர்ந்திருந்த இந்துஜாவைத் தட்டி எழுப்பியது அவளுடைய தொலைபேசி அழைப்பு மணி ஓசை. அந்த ஒலியைக் கேட்ட உடனேயே அவளுக்குத் தெரியும் அது யாருடையது என்று. அவசரமாகத் தனது காது ஒலிக்கருவியை காதில்மாட்டிக் கொண்டு "சொல்லடா செல்லம், இந்துஜா அம்மா வந்து

கொண்டிருக்கேன்டா, நீ கேட்டது போல இனிப்புச் சிற்றுண்டி வாங்கிக் கொண்டுவாறேன்டா" என்றாள். இந்துஜாவிற்கு திவ்வியாவின் குரல் அந்த நேரத்தில் ஒரு ஆறுதலைத் தந்திருந்தது.

இப்பொழுதுதான் அவள் சிந்திக்க ஆரம்பித்தாள். தான் ஏன் இவ்வாறு குழப்பமடைய வேண்டும், சிந்துவின் நிலைமையால் எனது மனதில் குழப்பமா அல்லது என்னுடைய மனதில் வேறு ஏதாவது குழப்பமா? என்ற எண்ணத்தில் அமைதியின்றி மனம் நிலை குலைந்து இருப்பதை அவளால் உணரமுடிந்தது. எனினும் தன்னை அறியாமலேயே முகநூலினைத் திறந்து அனந்தயனின் சுயவிபரக் கோவையை கிளிக் செய்தாள்.

ஒரு மெல்லிய மஞ்சள் நிறச் சட்டை (மேற் சட்டை) யில் பளிச்சென்று இருந்தான் அனந்தயன். சுய விபரப் பகுதியில் காணப்படும் புகைப்படத்தை கொஞ்சம் தெளிவாக மாற்றியிருப்பான் போலத்தான் தெரிகின்றது. ஏனெனில் முகம் அவ்வளவு பளபளப்பாக இருந்தது. அப்போதுதான் அந்த சுய விபரப் பகுதியில் காணப்படும் புகைப்படத்தினைப் போட்டிருக்கின்றான் என்பது தெரிந்தது. விரும்புதல்களும் குவிந்து கொண்டிருந்தன. அவளை அறியாமலேயே விரும்புதலினை கிளிக் செய்து, ஆச்சரியக் குறியீட்டினைத் தனது கருத்தாகப் போட்டுவிட்டாள் இந்துஜா.

திடிரென்று என்ன நினைத்தாளோ தெரியவில்லை, அந்த சுய விபரப் பகுதியில் காணப்படும் புகைப்படத்திற்கு விரும்புதல் செய்தவர்களை நோட்டமிட்டாள். நிச்சயம் அதில் எத்தனை பெண்கள் விரும்புதல் செய்துள்ளார்கள் என்றுதான் பார்த்தாள். அதனை அவளும் மறுப்பதற்கு இல்லை. பார்த்தவளின் மனதில் "நான் ஏன் இப்படி எல்லாம் பார்க்கிறேன்? எனக்கு என்னாயிற்று?" என்று

தன்னைத்தானே கேட்டுக் கொண்டாள். ஆனாலும் அவளுடைய கைவிரல்கள் அப்படியே அவனுடைய அடுத்த சுய விபரப் பகுதியில் காணப்படும் புகைப்படங்களைத் தட்டிக் கொண்டிருந்தன.

தனது சுய விபரப் பகுதியில் காணப்படும் புகைப்படத்தினை இந்துஜா விரும்புதல் செய்ததை பார்த்து உற்சாகமான அனந்தயன் அவளுடைய சுய விபரப் பகுதியில் காணப்படும் புகைப்படங்கள் எல்லாவற்றிற்கும் விரும்புதல் போட ஆரம்பித்தான். அதில் போட்டிருந்த நடிகைகள், அவர்களின் குடும்பப் படங்கள் எல்லாவற்றிற்கும் அவன் விரும்புதல்களைப் போட்டான். அவன் தனது நிலையில் நிதானமாக இல்லை என்பதை அவனுடைய பதட்டமே காட்டியது. ஆனால் பாவம் அவனுக்கு அது விளங்கவில்லை.

தனது சுய விபரப் பகுதியில் காணப்படும் புகைப்படத்தினை இந்துஜா விரும்புதல் போட்டதைப் பார்த்த அனந்தயனின் மனதை, இனம் புரியாத சந்தோசம் ஆட்கொண்டிருந்தபோதிலும் தனது செய்திக்கு அவள் ஒரு பதிலும் போடவில்லையே என்று கவலையடையவும் செய்தது.

ஆனாலும் ஏதோ இந்துஜா தன்னைத்தான் இப்போது நினைத்துக் கொண்டிருப்பது போல் அவனுக்குத் தோன்றியது. மீண்டும் பொறுமை இழந்தவனாய் முகநூலில் இன்பொக்ஸ்க்குச் சென்று "வீட்டை அடைந்து விட்டீர்களா?" என்ற செய்தியை அனுப்பினான் அனந்தயன்.

அவனுடைய சுய விபரப் பகுதியில் காணப்படும் புகைப்படங்களை ஒவ்வொன்றாகப் பார்த்துக் கொண்டிருந்த இந்துஜா அவனிடம் இருந்து வந்த செய்தியினைத் தன்னை அறியாமல் கிளிக் செய்துவிட்டாள். "வீட்டை அடைந்து விட்டீர்களா?" என்று அவன் அனுப்பிய செய்தியினைப்

பார்த்து கொஞ்சம் தடுமாறிப் போனாள். "இவனுக்கு எவ்வாறு தெரிந்தது நான் இப்போது பயணம் பண்ணுகிறேன் என்று. ஒரு வேளை தான் முதலில் சொன்னதை வைத்துக்கொண்டு இவனாகவே இதுதான் வீடு செல்லும் நேரம் என்று கணித்திருப்பான் போலும்" என்று தன்னைத் தானே சமாதானப்படுத்தினாள் இந்துஜா.

தனது புகைப்படங்கள் எல்லாத்திற்கும் அவன் போடும் விரும்புதல் களைப் பார்த்துக் கொண்டிருந்த இந்துஜா, தான் இறுதியாகப் போட்ட ஸ்ரேற்றஸ் இற்கும் அவன் விரும்புதல் போட்டுவிட்டு "நன்றாய்ச் சொன்னீர்கள்" என்று கருத்து போட்டதையும் அவதானித்தாள். இந்துஜாவின் மனதில் ஏதோ ஒரு விடயம் உறுத்திக் கொண்டே இருந்தது. அப்படியே அவனுடைய முகநூலில் இருந்த புகைப்படங்களை கிளிக் செய்து, முகநூல் புகைப்படத் தொகுப்பு பகுதியை கிளிக் செய்தாள். அவளுக்கு அதனைப் பார்த்ததில் ஒரே ஆச்சரியம். அங்கு அழகிய குழந்தைகளின் படத்தொகுப்புக்கள் வேறு வேறு புகைப்படத் தொகுப்புகளாகக் காணப்பட்டன. அதனைப் பார்த்ததும் ஏதோ அவன் மீது இருந்த அவநம்பிக்கை கொஞ்சம் குறைந்ததை இந்துஜா உணர்ந்தாள். அந்தப் புகைப்படங்களை எல்லாம் கிளிக் செய்து பார்த்தாள். அழகிய குழந்தைகளின் அரிய புகைப்படங்கள் அவை. ஒவ்வொரு முகநூல் புகைப்படத் தொகுப்பிற்கும் குழந்தைகள் தொடர்பான அழகிய வாக்கியங்களை தலைப்பாகப் போட்டிருந்தான். இதனைப் பார்த்துக் கொண்டிருந்த இந்துஜாவுக்கு ஏதோ அவன் மேல் இனம்புரியாத ஒரு ஈர்ப்பு ஏற்படுவதை உணர்ந்தாள். திடீர் என்று சுதாரித்துக் கொண்டவள், தான் நினைப்பது பிழை என்று நினைத்தவாறே தொலைபேசியில் முதலாவது பகுதியில் காணப்படும் படமாக சேமித்தல்

செய்திருந்த திவ்யாவின் புகைப்படத்தினைப் பார்க்க ஆரம்பிக்க, அவள் இறங்க வேண்டிய நிலையமும் வந்தது.

கட்டிலில் புரண்டு கொண்டு, ஏன் இந்துஜா தனது செய்திக்கு பதில் அனுப்பவில்லை என்ற வருத்தத்துடனும் குழப்பத்துடனும் தன் தொலைபேசி யில் சேமித்தல் செய்திருந்த குழந்தைகளின் படங்களைப் பார்க்க ஆரம்பித்தான் அனந்தயன். அவர்களுடைய கள்ளமற்ற அழகிய சிரிப்புடனும் குறும்பு நிறைந்த பார்வையுடனும் கூடிய முகங்கள் அவனுக்கு ஏதோ ஒரு அமைதியைக் கொடுத்தது. மனம் குழப்பம் அடைந்துள்ள பெரும்பாலான சந்தர்ப்பங்களில் இதுதான் அவனுக்குத் தீர்வாக அமைந்திருந்தது.

குழந்தைகளின் மீது ஈர்ப்புக் கொண்ட அனந்தயன் படங்களை மாத்திரம் சேமித்து வைக்காமல் தனது சம்பளத்தில் %15 எப்போதும் அவன் வீட்டிற்கு அருகில் இருக்கும் குழந்தைகளைப் பராமரிக்கும் இல்லத்திற்கு வழங்குவதைக் கடமையாகக் கொண்டிருந்தான். ஏதோ அது ஞாபகத்திற்கு வரவே திடிரென்று எழுந்து அந்த இல்லத்திற்கு தொலைபேசி அழைப்பை ஏற்படுத்தினான்.

"ஹலோ அனந்தயன்! எப்படி இருக்கிறீர்கள்?" என்றார் மறு முனையில் இருந்து அந்த இல்லத்தைப் பராமரிக்கும் மிஸ்.நன்ஸி அவர்கள்.

"ஆம், மிஸ். நன்ஸி நான் நன்றாக இருக்கிறேன். நேற்று உங்கள் கணக்கிற்கு பணம் அனுப்பினேன் கிடைத்ததா?" என்றான்.

"நேற்றே பற்றுச்சீட்டினையும் அனுப்பிவிட்டோம்" என்றார் மிஸ்.நன்ஸி அது சரி அனந்தயன் "நான் கேட்ட மற்ற விசயம் பற்றி யோசித்துப் பார்த்தீர்களா? நான்

உங்கள் பதிலுக்காகக் காத்திருக்கிறேன்" என்றார் சற்றுத் தயக்கத்துடன்.

"கொஞ்சம் நேரம் தாங்கோ, இது ஒரு பெரிய விசயம் தானே அதனால் வீட்டிலும் கொஞ்சம் கதைத்துத்தான் முடிவெடுக்க வேண்டும்" என்றான் அனந்தயன்.

தொலைபேசியினை வைத்தவன் கட்டிலில் சாய்ந்துகொண்டே மிஸ்.நன்ஸி கேட்டதை ஒரு முறை சிந்தித்துப் பார்த்தான்! "எப்படி, இது சரிவருமா? அம்மா இதற்கு ஒத்து வருவாவா? அப்பா பல விடயங்களைப் பாக்கிறவராயிற்றே, இதற்கு அவர் சம்மதிப்பாரா? இவர்கள் சம்மதம் இல்லாமல் எப்படிச் செய்வது? அவர்களுடைய விருப்பம் இல்லாமல் செய்தால் பின்னுக்குப் பிரச்சினை வருமே! வாழ்க்கையில் இது மேலும் பிரச்சினையைத் தோற்றுவிக்குமா?" என்றெல்லாம் சிந்திக்க ஆரம்பித்தான். ஆனாலும் அவனுடைய மனதில் ஒரு விருப்பமும் இருந்தது என்பதனை அவனாலும் மறுதலிக்க முடியவிலை.

குழப்பத்துடன் இருந்த அனந்தயன், சரி அம்மாவிடமே சொல்லிப் பார்ப்போமே, ஏனென்றால் அப்பா இதைக்கேட்டால் ஏறிவிழுவார், அவருக்கு இதெல்லாம் பிடிக்காது, என்று நினைத்தபடி வரவேற்பு அறையை நோக்கி எழுந்து சென்றான்.

வீட்டிற்கு வந்த இந்துஜாவை 'இந்துஜாஅம்மா' என்று சொல்லியபடியே ஓடி வந்து கட்டி அணைத்தாள் திவ்வியா. அவளுடைய அரவணைப்பிற்காகவே காத்திருந்தது போல் அவளும் இறுகக் கட்டி அணைத்து அவளை முத்தமிட்டாள். திவ்வியாவைத் தூக்கிக் கொண்டு "மாமி திவ்வியா சாப்பிட்டாளா?" என்றவாறு உள்ளே சென்றாள் இந்துஜா.

"ஓம் இந்து, பிள்ளை சாப்பிட்டாள். பிரச்சினை ஒன்றும் இல்லையம்மா" என்றார் சரோஜா மாமி. இவர் உண்மையில் இந்துஜாவின் சொந்தம் கிடையாது. அவளுடைய பக்கத்து வீட்டில் இருப்பவர்தான். இந்துஜா இலண்டன் வந்ததில் இருந்து இவர்தான் இந்துஜாவுக்கு பெரும்துணை. அதனால் தான் என்னவோ இந்துஜா இவரை மாமி என்றே கூப்பிட ஆரம்பித்தாள், அவரும் இந்துஜாவில் மிகுந்த பாசம் உள்ளவர். இந்துஜா வேலைக்குச் செல்லும் நேரங்களில் திவ்வியாவிற்கு சரோஜா மாமி தான் துணையாக இருப்பது வழக்கம்.

"செல்லம் திவ்வியா, இந்துஜாஅம்மா என்று கூப்பிடுவதை நிறுத்து. என்ன இந்தக் கெட்டபழக்கம்? அம்மாவினை "அம்மா" என்றுதான் கூப்பிட வேண்டும் சரியா" என்றார் மாமி. திவ்வியா அதற்கு மாட்டேன் என்றது போல் தலையாட்டினாள். இதனைக் கவனித்த இந்துஜா, "மாமி என்ன செய்வது அவள் சின்ன வயதில் இருந்து அப்படிக் கூப்பிட்டு பழகிவிட்டாள். அப்போதே அதனை மாற்றி இருக்க வேண்டும். ஆனால் அவள் இப்படிக் கூப்பிடுவது ஏதோ ஒரு சந்தோசத்தினை எனக்குத் தருகின்றது மாமி" என்றாள்.

அனந்தயனின் வீட்டு வரவேற்பறையில் அவனுடைய அம்மா தொலைக்காட்சியில் தொடர் ஒன்றினைப் பார்த்துக் கொண்டிருந்தார். அவருக்கு பிடித்தமான தொடர் என்பதால், மிகவும் ஆர்வத்துடன் அதில் மூழ்கி இருந்தார் அவர். இந்தச் சந்தர்ப்பத்தில் அம்மாவினைக் குழப்ப விரும்பாத அனந்தயன் தானும் உட்கார்ந்து அந்தத் தொடரைப் பார்த்துக் கொண்டிருந்தான். அந்த நெடுந்தொடர் ஒரு வளர்ப்பு பிள்ளையினால் குடும்பத்தில் ஏற்படும் கசப்பான அனுபவங்களைத் தாங்கியதாக இருந்தது. அது ஒரு மணி நேரத் தொடர் எனவே, பொறுமையாக அதனை

அவனும் பார்த்துக் கொண்டிருந்தான். வழமையான பாணியில், தொடரும் என்று போட்டு முடிந்தது அந்தத் தொடர்.

அம்மா எழும்பி சமையல் அறைக்குப் பாத்திரங்களைக் கழுவி வைக்கச் சென்றார். என்ன நினைத்தானோ தெரியவில்லை அனந்தயனின் மனம் திடீர் என்று தான் கேட்க வந்த விடயத்தை அம்மாவிடம் கதைப்பதற்கு இடம் கொடுக்கவில்லை. இந்த விடயத்தை இப்போதைக்கு இப்படியே விட்டுவிடுவோம். பிறகு யோசிப்போம் என்று தன்னைத் தானே சமாதானப் படுத்தியவனாக தொலைக்காட்சிப் பெட்டியை நிறுத்திவிட்டு மீண்டும் தனது படுக்கையறைக்குச் சென்றான்.

கட்டிலில் சாய்ந்திருந்தவாறு ஒரு நம்பிக்கையில் இந்துஜாவிடமிருந்து பதில் ஏதாவது வந்துள்ளதா? என்று தொலைபேசியை எடுத்துப் பார்த்தான். ஆனால் அவன் எதிர்பார்த்தபடி செய்தி எதுவும் வந்திருக்கவில்லை. வீட்டு வேலை அதிகமாக இருக்கக்கூடும் என்று தன்னைத் தானே சமாதானப் படுத்தியபடி உறங்கச் சென்றான். அப்போது அவனுக்கு அடுத்த நாள் காரியாலயத்தில் இருக்கும் முக்கியமான கூட்டமும் ஞாபகம் வந்து போனது.

திவ்வியாவின் வீட்டுவேலைகளை எடுத்துப் பார்த்தபடி, அவளுடன் அன்றைய தினத்தில் நடந்த விடயங்களைப் பற்றிக் கதைத்துக் கொண்டிருந்தாள் இந்துஜா. சுட்டித் திவ்வியா பாடசாலையில் தன் நண்பர்களுடன் விளையாடியதையும் ஆசிரியர் சொல்லிக் கொடுத்த விடயங்களையும் தனது செல்லக் குரலில் சொல்லிக்கொண்டு, தனது நண்பி அன்றியா தனக்காகச் செய்து கொண்டு வந்த அழகிய சட்டத்தின் நடுவே மூன்று பூக்கள் வைத்துச் செய்யப்பட்ட ஒரு படத்தினைக்

காட்டினாள். "மிகவும் நல்லது, இது என்ன மூன்று பூக்கள், ஒன்று நீங்கள் மற்றையது அன்றியா, மூன்றாவது யார்?" என்றாள் இந்துஜா.

"இல்லை இந்துஜாஅம்மா, இங்க பாருங்கோ இரண்டு பெரிய பூக்கள். நடுவே இருப்பது குட்டிப்பூ, இது அப்பா பூவும் அம்மா பூவும் தங்களுடைய குட்டிப்பூவை நடுவே கவனமாகப் பிடித்துக் கொண்டிருக்கின்றன. அதுதான் இதன் அர்த்தம் என்றுதான் அன்றியா சொன்னாள்" என்றாள் செல்லக்குரலில் திவ்வியா.

இதனைக் கேட்ட இந்துஜாவிற்கு அவளை அறியாமலேயே அவளுடைய கண்கள் பனித்தன, இதனை அவதானித்த சுட்டித் திவ்வியா இந்துஜாவைக் கட்டி அணைத்துக் கொண்டு "இந்துஜா அம்மா, நீங்கள் தான் எனக்கு அம்மாவும் அப்பாவும், கவலைப்பட வேண்டாம்;" என்றாள். அவளை இறுகக் கட்டி அணைத்து முத்தங்களை வழங்கியபடி, வா செல்லம் நான் உனக்கு இரவு நேரக் கதை சொல்கிறேன். கேட்டுக் கொண்டே தூங்க வேண்டும் என்றபடி அவளுடைய பல்லினைத் தீட்டுவதற்காகத் தூக்கிக் கொண்டு குளியலறைக்குச் சென்றாள்.

பல் துலக்கி முடிய கதையினைக் கேட்டுக் கொண்டு திவ்வியா தூங்கியதும் எழுந்து தொலைக்காட்சி அறைக்கு வந்தாள் இந்துஜா. மேசையின் மேல் இருந்த தொலைபேசியை கையில் எடுத்துக் கொண்டு அகன்று கிடந்த சொகுசான கதிரையில் அமர்ந்தபடி தொலைக்காட்சியை இயக்கினாள். அப்படியே கையில் இருந்த தொலைபேசியில் கடவுச்சொல்லைப் போட்டு நேராக முகநூலினைத் திறந்தாள். அவளுடைய மனம் என்னவோ மீண்டும் மீண்டும் அனந்தயனின் சுயவிபரக் கோவைப் பக்கமே செல்லத் தூண்டியது. அனந்தயனின் சுயவிபரக் கோவையினை எடுத்து அவனுடைய

புகைப்படத்தினைப் பார்த்துக் கொண்டிருந்தவள், மனதில் ஏதோ ஒரு மாற்றம் தன்னில் நிகழ்வதை உணர்ந்தாள் இந்துஜா. ஆனால் அவளுக்கு அது என்ன என்று புரியவில்லை.

இன்பொக்ஸ்இனைக் கிளிக் செய்து அனந்தயன் அனுப்பியுள்ள செய்திகளை மீண்டும் ஒரு முறை வாசித்தவள் திடீர் என்று என்ன நினைத்தாளோ தெரியவில்லை. "இப்போது நீங்கள் நித்திரை செய்கிறீர்கள் என்று நினைக்கின்றேன். நல்லிரவு ஆகட்டும், நன்றாக நித்திரை செய்யுங்கள்" என்று செய்தி அனுப்பினாள். இந்தச் செய்தி அனுப்பும் போது இலண்டனில் இரவு 7.30 என்று காட்டியது. நிச்சயம் அனந்தயனுக்கு நள்ளிரவு 12 மணியை எட்டி இருக்கும்.

யோசனையுடன் கூடிய அரை குறை நித்திரையிலிருந்த அனந்தயன் திடுக்கிட்டு எழுந்து தன்னை அறியாமலேயே இருளில் கைகளை நீட்டி தட்டுத்தடுமாறி தனது தொலைபேசியை எடுத்து முகநூலினைப் பார்த்தான். அவனுடைய தூக்கம் பஞ்சாய்ப் பறந்தது. இந்துஜாவிடம் இருந்து செய்தி வந்திருப்பது தெரிந்தது. ஐந்து நிமிடத்துக்கு முதலில்தான் செய்தி வந்திருக்கின்றது என்பதைப் பார்த்ததும் அவன் துள்ளிக் குதித்து எழுந்து இந்துஜா ஆன்லைன் இல் இருக்கின்றாளா? என்று நோட்டம் இட்டான். "ஆம் ஆம்" என்றவன் விரைவாக "வணக்கம், எப்படி இருக்கிறீர்கள்?" என்று செய்தி அனுப்பினான்;.

அந்தச் செய்தியைப் பார்த்து ஆச்சரியப்பட்ட இந்துஜா நேரத்தை நிமிர்ந்து பார்த்தாள். நிச்சயம் அவனுக்கு இது நள்ளிரவு என்பதை உணர்ந்து கொண்டாள். "ஏன் இன்னும் தூங்கவில்லையா? அல்லது வெளியில் ஏதாவது பின்னிரவுக் களியாட்டமா?" என்று செய்தி அனுப்பினாள்.

"இல்லை. இல்லை ஏனோ தெரியவில்லை திடீர் என்று விழித்துவிட்டேன், தொலைபேசியைப் பார்க்கும் போது உங்களிடம் இருந்து வந்த செய்தியைப் பார்த்தேன். சந்தோசத்தில் உடனே பதில் போட்டேன்" என்றான் அனந்தயன்.

"ஒ அப்படியா நுண்ணுணர்வு எல்லாம் வேலை செய்யுது போல" என்று எல்.ஒ.எல் என்ற குறியீட்டையும் போட்டு பதில் அனுப்பினாள் இந்துஜா.

அவளுடைய இந்தப் பதிலைப் பார்த்த அனந்தயன் அவள் யதார்த்தமாகப் பேசக் கூடியவள் என்று புரிந்து கொண்டான். "நாங்கள் இப்போது நல்ல நண்பர்களாகிவிட்டோம் அதுதான் வேலை செய்யுது போல" என்றான் அவன். "நல்ல நண்பர்களா??? இப்போது தான் கதைக்கவே ஆரம்பித்திருக்கிறோம் அதற்குள் எப்படிச் சிறந்த நண்பர்கள் ஆவோம்?" என்றவள் தொடர்ந்து "நீங்கள் மிக வேகமானவர்" என்று கார் படத்துடன் பதில் அனுப்பினாள்.

"ஏதோ எனக்கு அப்படித் தோன்றியது அதுதான் அப்படி அனுப்பினேன்" என்றான் அனந்தயன். மேலும் "அது சரி சாப்பிட்டாச்சா?" என்று கேட்டான்.

"ஆம், அதெல்லாம் நாங்கள் நேரத்திற்கே" என்றாள் இந்துஜா. அவள் பதில் எழுதும் விதம் அனந்தயனுக்கு ஏதோ மிகவும் பழக்கப்பட்டவள் போன்ற உணர்வை ஏற்படுத்தியது.

"திவ்வியா எங்கே?" என்றான் அனந்தயன்.

"ஓம், அவள் தூங்குகின்றாள்" என்றாள் இந்துஜா. "ஒ அப்படியா?, சரி, நண்பனுக்கு உங்கள் குடும்பத்தைப் பற்றிச் சொல்லவே இல்லை?" என்றான் அனந்தயன்.

"நீங்கள் கேட்கவே இல்லையே!" என்று ஒரு ஆச்சரியக் குறியீட்டுடன் பதில் கொடுத்தாள் இந்துஜா. பெண்களுக்குத்தான் இந்தக் குறியீடுகள் அத்துப்படி. அனந்தயனுக்குப் பெரிதளவில் இந்தக் குறியீடுகளில் பரிட்சயம் இல்லை. அது என்ன குறியீடு என்று பார்ப்பதற்கும் அவனிடம் இப்போது பொறுமையும் இல்லை.

"சரி இப்ப கேட்டேன் தானே சொல்லுங்களேன்?" என்றான் அனந்தயன். இரண்டு நிமிடங்கள் இந்துஜாவிடமிருந்து எந்தப் பதிலுமில்லை, கொஞ்சம் பதற்றமான அனந்தயன் "நீங்கள் அங்கு உள்ளீர்களா?" என்று அனுப்பினான்.

அந்தச் செய்தி, "பார்க்கப்பட்டது" என்று அடையாளம் காட்டியது. ஆனாலும் பதில் வரவில்லை. ஐந்து நிமிடங்கள் கழித்து "ஆம் நான் இங்குள்ளேன்" என்று அனுப்பினாள் இந்துஜா. அப்போது தான் அனந்தயனுக்கு ஒரு பெரும் நிம்மதி கிடைத்தது. அவளுடைய அந்த மௌனம் அவனை மிகவும் பாதித்திருந்தது. "மன்னியுங்கள் ஏதாவது தப்பாகக் கேட்டேனா?" என்றான் அனந்தயன்.

"இல்லை, நான் அதைப்பற்றிக் கதைக்க விரும்பவில்லை, மன்னியுங்கள் எல்லாவற்றையும் மனதில் புதைத்துவிட்டு திவ்வியாவுடன் சந்தோசமாக இருக்க விரும்புகின்றேன். அதுதான் அதைப்பற்றிக் கதைக்க மனம் இடம் கொடுக்கவில்லை" என்றாள் இந்துஜா.

அவனுடைய புதிருக்குத் தீர்வு கிடைக்கவில்லை என்பதை அவன் உணர்ந்தபடியே, "நண்பரே மன்னியுங்கள், அந்த விடயத்தை, விட்டுவிடுங்கள்" என்றான் அனந்தயன். அவளுடைய மனதில் ஏதோ ஒரு பெரிய சோகம்

மறைந்துள்ளதைப் புரிந்து கொண்டு, அவளை இயல்பு நிலைக்கு மாற்ற விரும்பினான்.

"ஹாய் இந்துஜா நீங்கள் எந்த ஆண்டு கல்விப் பொதுத் தராதர உயர்தரம் (க.பொ.த.உ.த) எடுத்தீர்கள்?" என்றான் அனந்தயன். "நீங்கள் திறமையானவர், நேரடியாக என்னுடைய வயது என்ன என்று கேட்டிருக்கலாமே, எதற்குச் சுத்திவளைத்து கல்விப் பொதுத் தராதர உயர்தரம் (க.பொ.த.உ.த) எடுத்த ஆண்டு. சரி சரி எனக்கு இப்ப 25 வயது. நான் கல்விப் பொதுத் தராதர உயர்தரம் (க.பொ.த.உ.த) எடுக்க முடியவில்லை, க.பொ.த (சா.த) மட்டும் தான் செய்தனான்" என்றாள் இந்துஜா.

"ஓ அப்படியா? உங்களுக்கு 25 வயது என்று சொல்ல முடியாது. நீங்கள் கிட்டடியில் போட்ட சுய விபரப் பகுதியில் காணப்படும் புகைப்படத்தில் ஒரு 20 அல்லது 21 வயது தான் சொல்லலாம்" என்றான். பொதுவான விடயங்களிலேயே அவர்களுடைய சம்பாஷணைகள் முகநூலில் பரிமாறப்பட்டுக் கொண்டிருந்தன. இரண்டு மணித்தியாலங்கள் சென்றும் அவர்களின் உரையாடல் முடிவதாய் இல்லை. அவனுடன் அரட்டை அடித்தல் செய்யும் போது தனது மனப்பாரங்கள் குறைந்து காணப்படுவதை உணர்ந்த இந்துஜா, தன்னில் இப்படி ஒரு மாற்றம் ஏற்படும் என்பதைக் கனவிலும் நினைத்துப் பார்த்திருக்கவில்லை.

இருந்தாலும் கொஞ்சம் தன்னை ஆசுவாசப்படுத்திக் கொண்டவள் "ஓ இரண்டு மணித்தியாலங்களுக்கு மேல் பேசுகின்றோம். தயவுசெய்து போய்த் தூங்குங்கள் நாளைக்குக் கதைப்போம்" என்றாள். ஆனால் அனந்தயனுக்கு இந்தத் தருணத்தை இழக்க மனம் வராமல் "இல்லை பரவாயில்லை எனக்குத் தூக்கம் வரவில்லை" என்றான். "இல்லை இல்லை நேரம்

ஆகிவிட்டது. தயவுசெய்து போய்த் தூங்குங்கள், நல்லிரவு ஆகட்டும்! இனிய கனவுகள்", என்று அனுப்பினாள் இந்துஜா. அவளுடைய அந்த அன்புக் கட்டளையை மறுக்க முடியாமல் "சரி அன்பு நண்பர் நல்லிரவு ஆகட்டும், இனிய கனவுகள்" என்று தானும் பதில் அனுப்பிவிட்டு மிகுந்த நிறைவான மனதுடன் போர்வைக்குள் புகுந்தான் அனந்தயன்.

அனந்தயனுடன் அரட்டை அடித்தல் செய்த இந்துஜாவின் மனமோ இன்னும் கொஞ்ச நேரம் அரட்டை அடித்திருக்கலாமோ என்று தடுமாறியது. இவ்வளவு நேரமும், ஏதோ மனதில் உள்ள பாரங்கள் எல்லாம் குறைந்து இருந்ததை உணர்ந்தவளாய் தனது படுக்கை அறையினை நோக்கிச் சென்றாள் இந்துஜா.

கட்டிலில் சென்று சாய்ந்தவள் தன்னை அறியாமலே தனக்கு அருகில் இருந்த தலையணையை இறுக அணைத்துக் கொண்டாள். இப்படி அவள் செய்தது இதுதான் முதல் தடவை என்பதைச் சிறிது நேரம் கழித்துத் தான் உணர்ந்தாள். ஆனாலும் அதை விட அவள் மனம் இடமளிக்கவில்லை. ஏதோ ஒன்று அவளைச் சந்தோசப்படுத்துவது போல் உணர்ந்தாள். இனம் புரியாத ஏக்கம் எதிர்காலத்தினை நோக்கி நகர்வதனை உணர்ந்தாள்.

சட்டென்று என்ன நினைத்தாளோ தெரியவில்லை, படுக்கையை விட்டு எழுந்தாள். தன்னுடைய அறையில் பரந்து விரிந்த சுவருடன் சுவராக இருந்த அந்த வெள்ளை நிற அலுமாரியினைத் திறந்து ஏதோ ஒன்றைத் தேடி கண்களில் மலர்ச்சியுடன் அதனை எடுத்தாள். அது ஒரு "இங்கிலாந்தின் பிரபலமும் சர்வதேச தரமும் வாய்ந்த ரி.எம்.லூயின் உற்பத்தியாலான" நீலநிற சட்டை (மேற் சட்டை). அது நன்றாக மின்னழுத்தி செய்யப்பட்டு அழகாக மடித்து வைக்கப்பட்டிருந்தது. அதனை எடுத்தவள், ஒரு

கணம் தன் கைகளால் அதனைத் தடவிப் பார்த்தாள். அவளது மனதில் ஏதோ தோன்ற அதனை எடுத்து தான் அணிந்திருந்த உடையின் மேல் போட்டுக் கொண்டு மீண்டும் கட்டிலுக்குத் தூங்கச் சென்றாள். இலண்டனில் இப்போது கோடை அதனால் கொஞ்சம் வெக்கையாக இருந்தது. ஆனாலும் இந்தச் சட்டை (மேற் சட்டை) அவளுக்கு ஒருவித சூட்டினையும் குளிரையும் கலந்து இதமான ஒரு உணர்வை ஏற்படுத்தியது.

அதிகாலையிலேயே கட்டிலில் புரண்டு எழுந்த அனந்தயன் தன்னுடைய தொலைபேசியை எடுத்து இந்துஜாவிடம் இருந்து ஏதாவது செய்தி வந்திருக்குமோ? என்று முகநூலின் இன்பொக்ஸ் ஐப் பார்த்தான். ஆனால் எந்தச் செய்தியும் வந்திருக்கவில்லை. இப்போது அவள் தூங்கிக் கொண்டிருப்பாள் என்று தன்னைத்தானே சமாதானப்படுத்திக் கொண்டு "இனிய காலை வணக்கம், நன்னாளாகட்டும்" என்று செய்தி அனுப்பி விட்டு குளியல் அறைக்குச் சென்றான். அன்று அலுவலகத்தில் உள்ள கூட்டம் நினைவுக்கு வந்ததும் காலை உணவை முடித்துக் கொண்டு வேகமாகத் தனது காரை நோக்கி விரைந்தான் அனந்தயன். காரை இயக்கி பண்பலைவரிசை வானொலியினைப் போட்டான்.

அதில் அறிவிப்பாளர்கள் இருவர் தாம் வானொலியில் கதைக்கின்றோம் என்று தெரியாமல் ஏதோ கடைத் தெருவில் இருக்கும் தேநீர்க் கடையில் இருந்து இரண்டு நண்பர்கள் கதைப்பது போலச் சிரிப்பும் கும்மாளமுமாக நிகழ்ச்சியை நடாத்திக் கொண்டிருந்தனர். "இதுதான் புதுப்போக்காம். இது வேறு இப்போ..."

ஒரு காலத்தில் இலங்கை பண்பலைவரிசை என்றால் அதனுடைய அறிவிப்பாளர்களின் தமிழ் உச்சரிப்பும், அறிவுத்திறமையும் எடுத்துக்காட்டாக இருந்தது. ஆனால்

இன்று ஒரு சில அறிவிப்பாளர்களுக்கு என்ன தமிழ் பேசுகின்றார்கள் என்று அவர்களுக்கே விளங்குவதில்லை. வானொலியில் பேசும் முறை, அழகுதமிழை எல்லாம் தொலைத்துவிட்டு மூச்சுக்கு முன்னூறு தடவை "வந்து வந்து" என்று முடிக்கும் உரையாடல் வேறு. இடையிடையே குளோ மாளோ என்று சிரிப்பும் என மனதுக்குள் திட்டியபடியே தனது காரை இயக்கிக்கொண்டிருந்தான் அனந்தயன்.

இந்தக் கலவரமான நிலையில் அழகிய காதல் பாடல் ஒன்று புதிய படத்தில் இருந்து ஒலித்தது. அப்போது அந்தப் பாடல் அவனை மிகவும் அமைதிப் படுத்தியது எனலாம். அந்தப் பாடலுடன் ஒட்டியிருந்த அனந்தயனின் நினைவுகளை மீண்டும் திரும்பக் கொண்டு வந்தது அவனுடைய தொலைபேசி ஒலி. அப்படியே எடுத்துக் காதில் வைத்துக் கொண்டான்.

"ஹலோ கஸ்தூரி, ஒரு நிமிடம் காத்திரு, முன்னால் பொலிஸ்" என்றான் அனந்தயன்.

பொலிஸினைக் கடந்து கார் சென்றதும் "மன்னியுங்கள் அன்பே, இனிய காலை வணக்கம் என்ன சொல்லு?" என்றான் அனந்தயன். "இனிய காலை வணக்கம், இந்த வார இறுதியில் ஏதாவது திட்டம் வைத்திருக்கிறாயா?" என்றாள் கஸ்தூரி. "இல்லை அப்படி ஒரு திட்டமும் இல்லை" என்றான்.

"அப்படியா, இல்லை, நான் கொழும்பில் தான் இருப்பேன். உனக்கு ஒரு இரவு உணவு தரவேண்டும் என்று ஆசைப்படுகிறேன் வருகிறாயா?" என்றாள். "ஐயோ உன்னுடன் இரவு உணவிற்கு வந்தாலே ஆபத்து. இரவு உணவுக்கு என்ற பெயரில் நீ எப்படியாவது என்னைக் கவரப் பார்ப்பாய் சும்மா போ" என்றான் அனந்தயன்.

"இல்லை உனக்கு நான் என்ன செய்தாலும் என்மேல் ஒரு துளி உணர்ச்சி கூட வராது. நீ ஒரு எருமை மாடு. எத்தனை இரவு உணவுக்கு உன்னுடன் வந்திருக்கின்றேன். ஆனால் நீ குத்துக்கல்லாட்டம் அப்படியேதானே இருந்திருக்கின்றாய். ஒரு நாள் இல்லை ஒரு நாள் கல்லிலும் ஈரம் சுரக்கும், இல்லை சுரக்க வைப்பேன் பார். சரி சனிக்கிழமை சினமன் லேக்சைட் ஹோட்டலுக்கு நீ வருகிறாய்" என்றாள் கஸ்தூரி.

"சரி வந்து தொலைக்கிறேன்" என்றான் அனந்தயன். "ம்ம்ம்... அதுதான் என் அன்பே அனந்து" என்றாள் செல்லமாகக் கஸ்தூரி.

"சரி இப்போது சென்று வருகிறேன். நாங்கள் சந்திப்போம் அங்கு" என்றபடி தொலைபேசியை வைத்து விட்டுக் காரினை அலுவலகத்தின் வாகனத்தரிப்பிடத்திற்கு உள்ளே செலுத்தினான். அந்த நேரத்தில் அவனுடைய கண்கள் அந்த இடத்தை உற்றுப்பார்த்தன, அந்தக் கறுப்பு நிற ஜப்பான் டொயாட்டா மொன்ரிறோ ஜீப் வண்டி நின்று கொண்டிருந்தது.

அந்த 'ஜீப்பினை' நோட்டமிடுவதற்காகத் தனது காரின் வேகத்தைக் குறைத்து நிறுத்தினான். அதில் யாரும் இருக்கவில்லை. அப்படியே தனது தொலைபேசியை எடுத்து அந்தக் காரின் இலக்கத்தைப் படம் எடுத்தான். மீண்டும் காரைவேகப்படுத்தி வாகனத்தரிப்பிடத்திற்குள் சென்று காரை நிறுத்தியவனின் மனம் ஏதோ படபடப்புடன் காணப்பட்டது. "யார் இவன்? ஏன் நேற்று அவ்வாறு நடந்து கொண்டான்?" என்று சிந்தித்தவாறே தனது அலுவலக அறைக்குள் சென்றான் அனந்தயன்.

"இனிய காலை வணக்கம் ஐயா! உங்கள் கூட்டத்திற்கு எல்லாக் கோப்புகளும் ஆயத்தமாக இருக்கிறது." என்றவாறே

உள்ளே நுழைந்தாள் தன்னுடைய வழமையான அழகிய சிரிப்புடன் சிரோமி. அழகிய சிவப்பு நிறச் சட்டையும், வெள்ளை நிற முழு நீள காற்சட்டையுடன் மிக எடுப்பாக இருந்தாள் சிரோமி.

"வாவ், நீ இன்று மிக அழகாக இருக்கிறாய்" என்றான் அனந்தயன். அவளுடைய முகம் வெட்கத்தில் சிவப்பாக மாற, "நன்றி ஐயா" என்றாள் சிரோமி. "இது உன் தோழனின் பரிசு போல" என்றான் பதிலுக்கு அனந்தயன். "ஆம் ஐயா! இது உங்களுக்கு எப்படித் தெரியும்?" என்றாள் ஆச்சரியத்தில்.

"இல்லை சும்மா சொல்லிப்பார்த்தேன் அது சரியாகிவிட்டது" என்றான்.

"ஓ அப்படியா, அப்போ நானேதான் வலையில் வந்து சிக்கிவிட்டேனா?!!!" என்று மீண்டும் அவளுடைய முகம் சிவந்து கொண்டது வெட்கத்தில்.

"சரி கூட்ட நிகழ்ச்சிநிரலை மின்னஞ்சல் செய்து விடுங்கள்" என்ற அனந்தயன் தன்னுடைய மடிக்கணினியை எடுத்து மின்னஞ்சல்களைப் பார்க்க ஆரம்பித்தான். சிரோமியும் "சரி ஐயா" என்றபடி தனது வேலை அறைக்குத் திரும்பினாள்.

"ஓ நான் மறந்துவிட்டேன். இன்று புதிய வாடிக்கையாளர் சேவை அதிகாரியினை நேர்முகத் தேர்வு பண்ணிக்கொண்டிருப்பான் பிரவீன், அங்கு நான் 8.30 இற்கு இருந்திருக்க வேண்டுமே" என்று மனதில் நினைத்துக் கொண்டு கையில் தொலைபேசியினை எடுத்தவாறு கூட்ட அறைக்கு எழுந்து சென்றான்.

அந்தக் கூட்ட அறைக் கதவைத் திறந்தவனின் உதடு தானாகச் சிரிக்க ஆரம்பித்தது. நேர்முகத்தேர்வு நடக்கின்றபடியால் தனது சிரிப்பை அடக்கிக் கொண்டு

பிரவீனிற்குப் பக்கத்தில் உள்ள ஆசனத்தில் உட்கார்ந்தான். பிரவீன் இன்று நேர்முகத் தேர்வு செய்பவன் என்றபடியால் கறுப்பு நிறத்தில் நீளக்கை சட்டை (மேற் சட்டை) யும் சிவப்பு நிறத்தில் முழு நீள காற்சட்டையும், அதைவிடப் பெரிய கூத்தாக ஒரு ஐந்து அங்குலம் நீளமான கழுத்துப்பட்டியும் கட்டியிருந்தான்.

தான் நேர்முகத் தேர்வு செய்யும் போது தன்னை ஒரு கோபக்காரனாகக் காட்ட வேண்டும் என்பதற்காக ஹிட்லர் பாணியிலான மீசை வேறு. பார்க்கும் போதே சோளக்காட்டுப் பொம்மை போன்று இருந்தான். இவனைப் பார்த்துச் சிரிக்காமல் முன்னால் இருப்பதே பெரிய வெற்றிதான், பாவம் நேர்முகத் தேர்விற்கு வந்தவர்கள் எல்லாம் தங்களை எவ்வாறு கட்டுப்படுத்திக் கொண்டிருக்கிறார்களோ தெரியவில்லை என்று தனக்குள் தானே நினைத்தபடி இருந்தான் அனந்தயன்.

அடுத்ததாக ஒரு அழகிய பெண் உள்ளே வந்தாள் "என்னை மன்னியுங்கள் ஐயா, நான் உள்ளே வரலாமா?.» மிக அழகிய குரல், "நிச்சயமாக இவளுக்கு ஆங்கிலப் பண்பலைவரிசையில் வேலையுண்டு" என்றான் பிரவீன் அவளுக்கு கேட்காமல். அவனுடைய செயலுக்குச் செவிகொடுக்காமல் "ஆம், தயவுசெய்து அமருங்கள்» என்றான் அனந்தயன். அவளிடம் அனந்தயன் வழமையான கேள்விகளைக் கேட்க ஆரம்பித்தான்.

அவளும் பதட்டம் கலந்த முகத்துடன் அனந்தயனைப் பார்த்தவாறு பதில்கள் சொல்லிக் கொண்டிருந்தாள். தன்னை அவள் ஒரு பொருட்டாகவே கவனிக்காததை அவதானித்த பிரவீன் பொறுமை இழந்தவனாய் தனது ஐந்து அங்குல கழுத்துப்பட்டியை இன்னும் இறுக்கிக் கொண்டு, "நல்லது எவ்வளவு எதிர்பார்க்கின்றீர்கள்?" என்றான் அவளைப் பார்த்து.

பதட்டம் நிறைந்த முகத்துடன் இருந்தவளுடைய உதட்டில் சிரிப்பு ஒன்று ஏற்பட்டது. அது அவன் கேட்ட கேள்வியினாலா? அல்லது திடீர் என அவனைப் பார்த்ததும் அவளுடைய மனதில் தோன்றிய தோற்றத்தினாலா? என்பது அவளுக்கே வெளிச்சம்.

தன்னை அறியாமல் வந்த சிரிப்பினை அவளது உதட்டுப் பூச்சை சரி செய்வது போல் ஜாடை காட்டி, உதட்டினைப் பிதுக்கிக் கொண்டு அதற்குள் ஒருவாறு ஒளித்துக் கொண்டாள்.

"நல்லது ஐயா இ நான் ஒரு இலட்சம் அல்லது அதற்கு மேற்பட்டதை வீட்டுக்கு எடுத்துப் போகும் தொகையாக எதிர்பார்க்கின்றேன்" என்றாள்.

அடப் பாவமே நேர்முகத் தேர்வு பண்ணுகின்றவனே இந்தச் சம்பளம் இங்கே எடுக்க வேண்டும் என்றால் இன்னும் ஐந்து வருடம் வேலை செய்ய வேண்டும், பிரவீன் என்ன பதில் சொல்லப் போகின்றான் என நினைத்துத் தனக்குள்ளே சிரித்தான் அனந்தயன்.

ஆனால் எந்தச் சலனமும் இல்லாதவனாகப் பிரவீன், "சம்பளத்துடன் உங்களுக்கு இரண்டு மாத விடுமுறை, உங்களுடைய மருத்துவச் செலவு அனைத்தும் நிறுவனம் பொறுப்பெடுக்கும். உங்களின் ஐந்து நண்பர்களுடன் மாதம் ஒரு முறை ஐந்து நட்சத்திர விடுதி ஒன்றில் இரவு உணவும், புதிய டொயாட்டா காரும், அதற்கு நிறுவனத்தின் செலவிலேயே வாகனச் சாரதியும் கொடுப்போம்" என்றான்.

அனந்தயனுக்கு ஒன்றும் புரியவில்லை. "என்ன ஐயா என்னால நம்பவே முடியவில்லை. பகிடி ஏதும் சொல்லுறீங்களா?" என்று அவள் ஒன்றும் விளங்காத வளாகத் திகைப்புடன் கேட்டாள். "ஓம் ஓம் பகிடி தான்

ஆனால் அதை நீங்கள்தான் முதலில் தொடக்கினீர்கள் அம்மணி" என்றான் பிரவீன்.

அவளுக்கு இப்பதான் புரிந்தது இந்த நிறுவனத்தில் தான் கேட்ட தொகை மிகப் பெரியது என்று. "மன்னியுங்கள் நான் இலண்டனில் வேலை செய்துவிட்டு வந்தபடியால் இங்கு சம்பளப் படிமுறை எப்படி என்று விளங்கவில்லை" என்று சொன்னபடியே நன்றி சொல்லிப்புறப்பட்டாள்.

அவள் சென்றவுடன் "ஏன் இப்படிச் செய்தாய்?" என்றான் அனந்தயன். "வேறு என்ன நேர்முகத் தேர்விற்கு வரும்போது கம்பனியைப்பற்றி தெரிந்து கொண்டு வர வேண்டாமா? இவள் எல்லாம் இங்கு சரிப்பட்டு வரமாட்டாள்" என்றான் பிரவீன்.

ஐ போன் முக நூலில் செய்தி வருவதைப் பார்த்ததும், "சரி மச்சான் நீ தொடர்ந்து செய் நான் என்னுடைய வேலை அறைக்குப் போறேன்டா" என்றவாறு எழுந்தான் அனந்தயன்.

"டே மச்சான் ஒரு நிமிடம் கஸ்தூரி விடயத்தில் கொஞ்சம் கவனம் செலுத்து. அவள் உன்மேல் ரொம்ப தீவிர ஆர்வமாக இருக்கிறாள். நேற்றும் என்னுடன் இதைப்பற்றிக் கதைத்தாள்" என்றான் பிரவீன்.

அவனுடைய கூற்றுக்குப் பதில் சொல்லும் நிலையில் அனந்தயன் இல்லை. அவனுடைய மனம் எல்லாம் முகநூலில் பரிமாறப்படும் தகவலில் இருந்தது. அது இந்துஜாவிடம் இருந்து வந்துள்ளதாக நினைத்துக் கொண்டு கூட்ட அறையை விட்டு வெளியேறினான்.

அவன் நினைத்தது போன்றே "இனிய காலைவணக்கம் நண்பா!, நன்னாளாகட்டும்" என்று இந்துஜாவிடம் இருந்து செய்தி வந்திருந்தது. "நன்றி. எப்படி இருக்கிறீர்கள்?" என்று பதில் அனுப்பினான் அனந்தயன்.

"ஆம், நான் நன்றாக உள்ளேன். நீங்கள் எப்படி?" என்றாள் அவள் மீண்டும்.

"நான் நலம், அலுவலகத்தில் இருக்கிறேன், உங்களுக்கு வேலை இருக்கா?" என்று அனுப்பினான் அனந்தயன்.

"இன்றைக்கு இங்கு வங்கி விடுமுறை வேலையில்லை, ஆனாலும் வீட்டிலும் கொஞ்சம் வீட்டு வேலையும் செய்யவேண்டும்தானே!" என்று கண் சிமிட்டும் குறியீட்டுடன் செய்தி அனுப்பினாள் இந்துஜா.

"ஓ.. அப்படியா நல்லது! இன்றைக்கு நிறைய கூட்டங்கள் இருக்கு. வீட்டுக்குப் போகும்போது ஆன்லைன்க்கு வருகின்றேன். நீங்கள் குறை நினைக்க மாட்டீர்கள் என்றால் உங்கள் தொலைபேசி இலக்கத்தினைத் தாருங்களேன் வைபரில் கதைக்கலாம், ஏனென்றால் கார் ஓட்டும் போது அரட்டை அடித்தல் பண்ண முடியாது தானே" என்று தனது வேண்டுகோளுக்கு விளக்கமும் கொடுத்தான் அனந்தயன்.

"நல்லது" என்றபடியே தனது தொலைபேசி இலக்கத்தை அனுப்ப ஆயத்தமானாள் இந்துஜா. ஆனால் அவள் தனது இலக்கத்தினை பதிவு செய்யும் பொழுதே அனந்தயன் தன்னுடைய இலக்கத்தினை அவளுக்கு அனுப்பி இருந்தான். அதனை அவதானித்த இந்துஜா, சிரித்துக் கொண்டே "நீங்கள் மிக விரைவானவர்" என்று ஜெட் ஒன்றின் படத்துடன் செய்தி அனுப்பினாள்.

அவனும் "ஆம் ஆம்" என்று ஏதோ அனுப்பினான்.

இந்துஜாவின் இலக்கத்தினை வேகமாக சேமித்தவன், திடீர் என்று அந்த இலக்கத்திற்கு அழைப்புச் செய்தான். ஒரு ஒலியுடனேயே எடுத்தாள் இந்துஜா. "ஹலோ" என்ற

அந்தக் குரல் அவனுடைய காதுகளை நனைத்தது. ஒரு கணம் தடுமாறிப் போனவன். "ஹாய், ஹலோ" என்றான்.

"ஏன் எடுத்தீர்கள்?" என்றாள் அதே இனிய குரலில்.

"இனிமையான குரல், சும்மாதான் எடுத்துப் பார்த்தேன்" என்றவன், தொலைபேசியில் காசு முடிந்து விடும் என்பது நினைவுக்கு வரவே, சரி மாலை வைபர் இல் பேசுகிறேன். இப்பொழுது கூட்டம் இருக்கிறது, நன்னாளாகட்டும்" என்றான்.

"உங்களுக்கும் அப்படியே ஆகட்டும்" என்றபடி தொலைபேசியை நிறுத்தினாள் இந்துஜா,

கூட்டம் எல்லாம் சிறப்பான முறையில் முடிந்த திருப்தியில் தனது பெரிய கதிரையில் சாய்ந்து அமர்ந்தபடி தேநீர் அருந்திக் கொண்டிருந்த அனந்தயன், மறுகையால் தனது தொலைபேசியில் உள்ள முகநூலின் முதலாவது பகுதியில் காணப்படும் அந்த அழகிய குழந்தையின் படத்தைப் பார்த்தபடியே முகநூலினைத் திறந்து இந்துஜாவின் படத்தையும் பார்த்தான்.

"இவர்கள் இருவருக்கும் என்ன சம்பந்தம்? திவ்வியா இந்துஜாவின் குழந்தையா? அப்படி என்றால் திவ்வியாவின் அப்பா எங்கே? ஒரு வேளை விவாகரத்து ஆகி இருக்குமோ? இந்துஜாவிற்கு இப்போதுதான் 25 வயது! இக்குழந்தைக்கும் ஏழு வயது இருக்கும். அப்போ சிறு வயதிலேயே இந்துஜாவுக்குத் திருமணமாகிவிட்டதா? இதனைக் கேட்டால் அவள் வருத்தப்படுவாளே! எப்படித் தெரிந்து கொள்வது?" என்று அவன் மனதில் பல விடைதெரியாத வினாக்கள்.

நேரம் மாலை ஐந்து மணியைத் தாண்டவே எழுந்து வாகனத்தரிப்பிடம் நோக்கிச் சென்றான் அனந்தயன்.

காரில் ஏறி எந்தத் தாமதமுமின்றி வைபர் இனைத் திறந்து இந்துஜாவைத் தேடினான். அவள் ஆன்லைனில் இருப்பதை அவதானித்தவன் அழைப்பினை ஏற்படுத்தினான். வைபர் இரண்டு மூன்று முறை அடித்திருக்கும். "ஹலோ" என்று அதே இனிமையான குரல் அவனைக் கொள்ளை கொண்டது. "ஹாய் இந்து எப்படி இருக்கிறாய்?" என்று ஆரம்பித்தான் கொஞ்சம் உரிமையுடனும், கொஞ்சம் உள் நோக்கத்துடனும் அவள் மனநிலையை அறிய.

அவன் அப்படி "இந்து" என அழைத்தது அவளுக்குப் பிடித்திருந்தது போலும். அவளும் "ஆம் அனந்து நன்றாய் இருக்கிறேன். நீங்கள் எப்படி? உங்களுடைய கூட்டங்கள் எல்லாம் எப்படிப் போனது?" என்றாள்.

அவளுடைய கனிவான பேச்சு அவனை ஒருகணம் ஆட்டிப்பார்த்தது. அப்படியே அவளுடன் பேசிக் கொண்டு தனது காரை வாகனத்தரிப்பிடத்திலிருந்து வெளியில் எடுத்தவன், மீண்டும் தன் கண்களை பெரிதாக்கிக் கொண்டு அந்த இடத்தை நோக்கினான்.

திரும்பிப் பார்த்தவன் மனதில் இனம் புரியாத ஒரு படபடப்பு தோற்றிக் கொண்டது. அந்த டொயாட்டா மொன்ரிறோ ஜீப் வண்டிக்கு உரியவன், இன்றும் வாகனத்தில் இருந்தபடி தனது பின் இருக்கையில் இருந்த இரு நபர்களுக்கு அனந்தயனைச் சுட்டிக் காட்டியவாறு ஏதோ சொல்லிக் கொண்டிருந்தான்.

அவனை வெறித்துப் பார்த்த அனந்தயனின் கோபப் பார்வையை ஒரு கணப் பொழுதில் இல்லாமல் செய்தது "ஹலோ, நீங்கள் அங்கு உள்ளீர்களா?" என்ற இந்துஜாவின் அந்த இனிமையான குரல்.

"ஓ மன்னிக்கவும், காரை வெளியில் எடுத்தனான் அதுதான் பேச முடியவில்லை இப்போது சரி. பிறகு

எப்படி இன்றைய பொழுது உங்களுக்கு?" என்றான் அனந்தயன்.

அப்படியே இருவருக்குமிடையில் ஒரு இனிமையான உரையாடல் சென்று கொண்டிருந்தது.

"ஹலோ, ஹலோ கேட்குதா?" என்றாள் இந்துஜா. மறு முனையில் இருந்து குரல் எதுவும் கேட்கவில்லை. ஒரு கணம் அவளுடைய மனம் தடுமாறியது. மீண்டும் வைபர் இனைத் திறந்து அழைப்பு செய்தாள். இப்போது அவன் ஆன்லைனில் இல்லை. என்ன நடந்தது என்று மனம் பதைபதைத்தாள். ஏன் இப்படிச் செய்தான்? ஒன்றும் சொல்லாமலேயே துண்டித்துவிட்டானே என்று தடுமாறினாள். மீண்டும் மீண்டும் வைபர் இனைப் பார்த்தாள். அவன் ஆன்லைனில் இல்லை. நான் ஏதாவது தப்பாகப் பேசினேனா? நான் பேசியது அவனுக்கு அலுப்பாக இருந்திருக்குமோ? என்றெல்லாம் பலவாறு குழம்பிக் கொண்டிருந்தாள் இந்துஜா. அவளுடைய பொறுமை முழுமையாகப் பாதிப்புக்குள்ளாகி இருந்தது. மனம் ஒருவித படபடப்புடன் காணப்பட்டது.

"நேரடியாகவே அழைப்பு செய்து பார்ப்போமே" என்று அவளுடைய மனம் கூறியது. வைபரில் இருந்து விலகி சாதாரண அழைப்புச் செய்ய முற்பட்ட வேளையில் வைபர் ஒலித்தது. அது அவளுடைய மனதை அமைதி அடையச் செய்தது. அனந்தயனிடமிருந்து வந்த வைபர் அழைப்பினைப் பார்த்ததும் தாமதம் இன்றி "ஹலோ" என்றாள், அந்தக் குரலில் இன்னும் படபடப்புக் குறையவில்லை.

"மன்னிக்கவும்! மின் உயர்த்திக்குள் இருந்தபடியால் சமிக்ஞை இல்லாமல் போயிட்டுது. அதுதான், துண்டிப்பு ஏற்பட்டது" என்றான் அனந்தயன்.

"ஓ அப்படியா?", தன்னுடைய பதட்டத்தை அவனுக்குக் காட்ட விருப்பம் இல்லாமல் அதனை அவ்வாறே மறைத்துக் கொண்டாள் இந்துஜா.

"சரி நான் வீட்டுக்கு வந்துவிட்டேன். உடை மாற்றிவிட்டு அழைப்புச் செய்யவா?. ஓய்வாக இருந்தால் கொஞ்சம் கதைக்கலாம்" என்றான் அனந்தயன்.

"ஓ மன்னிக்கவும். நான் திவ்யாவோடு வெளியில் போக வேண்டும். வேலை முடிந்து வேளைக்கு வந்தால் தொடர்பு கொள்கிறேன் சரியா?" என்றாள் இந்துஜா. "சரி பிரச்சினையில்லை, நல்ல மாலையாகட்டும்" என்றபடி வைபர் இனை நிறுத்திவிட்டுத் தனது வீட்டுக்கதவின் அழைப்பு மணியை அழுத்தினான் அனந்தயன்.

அம்மா வந்து கதவைத் திறந்தாள். ஆனால் அம்மாவின் முகத்தில் பெரிய சந்தோசம் காணப்படவில்லை என்பதனை அவருடைய பார்வையே காட்டிக் கொடுத்தது. உள்ளே நுழைந்தான். அப்பாவும் இன்று முன்னதாகவே வந்திருப்பதை அவதானித்தான். ஏதோ மாற்றம் வீட்டில் நடந்துள்ளதாக அவனுடைய மனம் கூறியது. பொறுமை இழந்தவனாய் "என்னம்மா ஏதாவது பிரச்சினையா?" என்றான்.

"நீ உடம்பைக் கழுவி, உடுப்பு மாத்திக்கொண்டு வா" என்றார் அப்பா. அவருடைய குரலில் ஏதோ ஒரு மாற்றம் தெரிந்தது.

அப்பாவின் குரலில் இருந்த குழப்பம் அவனை மேலதிகமாகக் கேள்வி கேட்கவிடாமல் நேரடியாகத் தனது அறைக்குப் போக வைத்தது. மிகவேகமாகக் குளித்துவிட்டு உடை மாற்றிக் கொண்டு முன்னறைக்கு வந்தான் அனந்தயன்.

அப்போது தான் அப்பாவும் அம்மாவும் அவனுக்காகக் காத்திருந்தது விளங்கியது. "என்னப்பா" என்றபடியே அவருக்கு முன்பாக உட்கார்ந்தான் அனந்தயன்.

"நான் உன்னைச் செஞ்சிலுவைச் சங்கத்திலும், சென். ஜோன்ஸ் படையணியிலும் சேர்த்துவிட்டது உனக்குள் ஒரு சமூக சேவை வளரவேண்டும் என்ற எண்ணத்துக்காக மட்டும்தான் தம்பி. உன்னுடைய தாத்தா கூட ஒரு சமூக சேவையாளர். எல்லோரும் அவருடைய பெயரை இப்போதும் உச்சரிப்பார்கள். அது உனக்கு நன்றாகவே தெரியும். அவர் சமூக சேவையில் இருந்தாலும் குடும்ப வாழ்க்கையில் சரியான முறையில்தான் சென்றார், அதனால் தான் எங்களுடைய சொந்தக்காரரிடம் மரியாதையான பெயரையும் சம்பாதித்தார்" என்று சொல்லிக் கொண்டே போனார் அனந்தயனின் அப்பா.

இப்போது அனந்தயனின் மனதில் பொறி தட்டியது. "மிஸ்.நான்ஸி வந்தாரா? அல்லது நீங்கள் அவரை எங்காவது சந்தித்தீர்களா?" என்றான் அப்பாவைப் பார்த்து.

"இல்லை நான் இன்று அந்த இல்லத்திற்கு ஒரு வேலையாகப் போயிருந்தேன். அப்பொழுதுதான் உன்விடயத்தை மிஸ்.நான்ஸி என்னிடம் சொன்னார். ஆனால் இது சரிப்பட்டு வராது" என்றார் அப்பா கடுமையான தொனியில்.

"இல்லை அப்பா எனக்கு என்னவோ ஒருவருக்கு கொடுக்கும் வாழ்க்கை பல புண்ணியங்களைச் செய்யும் என்று தோன்றுகிறது. அதில் நிறைய ஈடுபாடும் இருக்கிறது. நிச்சயமாக அது எங்கள் குடும்பத்தைப் பாதிக்காது" என்றான் அனந்தயன்.

"இல்லை இல்லை உனக்குக் கல்யாணம் செய்யிற வயது வந்துவிட்டது. இனி நீ இப்படி எல்லாம் செய்வது

சரியில்லை. வாறவள் இதற்கு ஒத்துக் கொள்ள வேண்டும், நீ உதவி செய்ய வேணும் என்றால் இப்போது செய்வது போல தொடர்ந்து பண உதவி செய். அதைவிட்டுவிட்டு தத்தெடுப்பது எல்லாம் உனக்குச் சரிப்பட்டு வராது" என்றாள் அம்மா கொஞ்சம் கனமான குரலில்.

"அம்மா எனக்கு ஏதோ அது பிடித்திருக்கு. சரிவரும் என்றுதான் நினைக்கிறேன். எத்தனையோ பேர் இப்படிச் செய்கிறார்கள் தானே" என்றான் அனந்தயன்.

"இல்லையடா உன் பலனில் நீ வெளிநாட்டில் தான் குடியேறுவாய் என்று அடித்துச் சொல்கிறார்கள். நீ இப்படிக் கூத்தெல்லாம் ஆடினால் உனக்கு அது பின்னாலே பிரச்சினையாகத்தான் வரும்" என்றார் அம்மா.

சற்றுச் சிந்தித்த அனந்தயன், அவனுடைய மனதில் இந்துஜாவின் வருகையால் எதிர்காலத்தைப் பற்றிய நோக்கு வேறாகக் காணப்பட்டதால், அம்மா அப்பாவின் இந்த முடிவினைப் பெரிதாக எதிர்க்கவும் விருப்பமில்லை. எனவே இந்தப் பிரச்சினையை அவர்களின் விருப்பப்படியே முடிக்கலாம் என்று எண்ணி. "சரி அம்மா நீங்கள் சொல்வதைக் கேட்கிறேன். நானும் மிஸ். நான்ஸிக்கு சரி என்று சொல்லவில்லை, வீட்டில் கதைத்த பின்தான் சொல்லுவேன் என்று கூறியிருந்தேன். அதனால் பிரச்சினை ஒன்றும் இல்லை. நான் தொலைபேசியில் அவவிடம் இதைச் சொல்கிறேன்" என்றான்.

இப்போது தான் அப்பாவின் முகத்தில் ஒரு நிம்மதியை அவனால் பார்க்க முடிந்திருந்தது. "சரி எல்லாரும் வாங்கோ சாப்பிடுவோம்" என்றார் அம்மா. எல்லோரும் ஒன்றாக அமர்ந்து இராப்போசனத்தைச் சாப்பிட ஆரம்பித்தனர்.

சாப்பிட்டபடியே, "அனந்தயனுக்கும் வயது சரி ஆகிவிட்டது. நாங்கள் இந்த வருடத்துக்குள் கல்யாணப் பேச்சை முடித்தால் சரியாக இருக்கும்" என்றார் அம்மா.

அதைக் கேட்ட அனந்தயனுக்குப் பிரக்கேறியது. "கொவ் கொவ்" என்று இருமினான். அம்மா அவனுடைய தலையில் தட்டிவிட்டு தன் முன்னால் இருந்த தண்ணீர்க் குவளையை எடுத்து அவனுக்குப் பருக்கினாள். அவன் அதனைக் குடித்த பிறகு தன்னை ஆசுவாசப்படுத்திக் கொண்டான்.

பின்னர், "அனந்தயா காதல் கீதல் ஒன்றும் இல்லையே?, இருந்தால் இப்பவே சொல்லிவிடு, நாங்கள் எல்லாம் காதலுக்கு எதிரானவர்கள் கிடையாது. கொஞ்சம் சாதியை மட்டும் பார்த்துக் கொள்" என்றார் அப்பா.

சிரித்துக் கொண்டே "ச்சீ ச்சீ அப்படி ஒன்றும் இல்லையப்பா. இருந்தால் உங்களிடம் சொல்ல மாட்டேனா?" என்றான் அனந்தயன்.

மூவரினது முகத்திலும் சிரிப்புடனே அந்த இராப்போசனம் முடிவுக்கு வந்தது. ஆனால் அனந்தயனின் சிரிப்புக்குப் பின்னால் ஏதோ ஒன்று உள்ளது என்பது மட்டும் இலேசாக அம்மாவிற்கு விளங்கியிருப்பதை மறுக்கமுடியாது. ஆனால் அம்மா அதனைப் பெரிதாகக் காட்டவில்லை. மாறாக சாப்பாட்டுக் கோப்பைகளை கழுவும் போது "நீ எங்களுக்கு ஒருத்தன் தான் உன் கல்யாணத்தை சொந்தங்கள் எல்லாம் மெச்சும்படி செய்யவேணும் என்பது தான் எங்கள் ஆசை" என்றார் அம்மா.

அம்மாவின் ஆசைக்குத் தலை அசைத்தபடியே எதுவும் பேசாமல் தனது படுக்கையறைக்குச் சென்றான் அனந்தயன். கதவினைச் சாத்தியபடி தனது

தொலைபேசியை எடுத்து வைபர் இனை திறந்து பார்த்தான். இந்துஜா ஆன்லைனில் இல்லை.

இருந்தாலும் "ஓய்வாக இருந்தால் அழைப்பு செய்யவும்" என்று செய்தியை அனுப்பி விட்டு அப்படியே கட்டிலில் சாய்ந்தான் அனந்தயன்.

"சரி மாமா நாங்கள் போயிட்டு வாறம். இண்டைக்கு வங்கி விடுமுறை தானே. புகையிரதங்களும் ஒழுங்கில்லை அதனால் இப்பவே போனால்தான் நல்லது. திவ்வியாவை பூங்காவிற்கும் கூட்டிக் கொண்டு போகவேணும்" என்றபடி திவ்வியாவுடன் புறப்பட்டாள் இந்துஜா. இங்கிலாந்தின் நிலக் கீழ் புகையிரதக் நிலையத்திற்கு நடந்து போகும் போது தன்னுடைய தொலைபேசியில் வைபர் இனை திறந்தாள். அனந்தயனின் செய்தியைப் பார்த்தவள் உடனடியாக "15 நிமிடம் தாருங்கள்" என்று பதில் அனுப்பி விட்டு வேகமாக ஹரோ ஒன் த ஹில் புகையிரத நிலையத்திற்குள் சென்றாள் புகையிரதம் எடுப்பதற்காக.

கட்டிலில் தூக்கம் வராமல் புரண்டு கொண்டிருந்த அனந்தயனின் தொலைபேசி இந்துஜாவின் செய்தி வந்ததற்கான ஒலியை எழுப்பியவுடன் உற்சாகமாக எழுந்து அதனைப் பார்த்தான். உடனே கதவைத் திறந்து கொண்டு சமையலறைக்குச் சென்று தண்ணீரை எடுத்துக் குடித்து விட்டு மீண்டும் வந்து கட்டிலில் சாய்ந்தபடி அவளுடைய அழைப்பிற்காகக் காத்திருந்தான்.

தெற்கு ஹரோ புகையிரத நிலையத்தில் வந்து இறங்கிய இந்துஜாவும், திவ்வியாவும் அருகில் உள்ள பூங்காவிற்கு போய்ச் சேர்ந்தார்கள். போகும் போது திவ்வியாக்குப் பிடித்த பால் பானத்தினையும் தனக்குப் பிடித்த கோப்பியையும் வாங்கிக் கொண்டு பூங்காவில்

இருந்த இருக்கையில் திவ்வியாவுடன் அமர்ந்து கொண்டாள் இந்துஜா.

திவ்வியா, "ஹாய் அன்றியா" என்றபடி தன்னுடைய நண்பியை அந்தப் பூங்காவில் கண்டவள் நேராக அவளுடன் விளையாடச் சென்றாள். "திவ்வியா தூரத்துக்குப் போக வேண்டாம் கிட்ட நின்று இருவரும் விளையாடுங்கள்" என்று சொல்லியபடி, அனந்தயனுக்கு அழைப்பு எடுப்பதற்காக தனது தொலைபேசியினை கைகளின் உதவியில்லாமல் காதில் மாட்டிக் கதைக்கும் கருவியை எடுத்து காதில் கொழுவினாள்.

"ஹாய் எப்படி இருக்கிறீங்கள்?" என்றாள் இந்துஜா. "ஆம் நன்றாக இருக்கிறன்.... நீங்கள் எப்படி?" என்றான் அனந்தயன். தனது வழமையான தொனியில் "ஓம் நன்றாக இருக்கிறன்" என்றாள் இந்துஜா. தனது தொலைபேசியில் நேரத்தைப் பார்த்தபடி நீங்கள் தூங்கவில்லையா? என்றாள். "இல்லை இல்லை எனக்கு இப்ப உங்களுடன் கதைக்காவிடில் தூக்கம் வராது" என்று குழைந்தான் அனந்தயன்.

"ஏன் அப்படி? இப்ப கொஞ்ச நாள் தானே நாங்கள் கதைக்கத் தொடங்கினாங்கள். அப்படி நான் என்ன செய்துவிட்டேன் உங்கள் நித்திரையைக் கெடுப்பதற்கு? பரவாயில்லை போய்ப்படுங்கோ நாளைக்குப் பேசலாம்" என்றாள் இந்துஜா.

அவதிப்பட்டுக் கொண்டே "இல்லை இல்லை எனக்கு நித்திரை வரவில்லை. நித்திரை வந்தால் கட்டாயம் சொல்லுகிறேன்" என்றான்.

"அப்ப சரி சாப்பிட்டீர்களா?" என்று கேட்டுக் கொண்டே தங்களுடைய உரையாடலை சுவாரசியமாக்கினாள் இந்துஜா. அது அவளுடைய சிறப்பான குணம்.

இடையில் "நான் உங்களிடம் ஒன்று கேட்க வேண்டும்" என்றாள் இந்துஜா.

"என்ன?" என்று கேட்டான் அனந்தயன் சற்றுப் பதட்டத்துடன்.

"இல்லை நீங்கள் நிரம்பக் குழந்தைகளின் புகைப்படங்களை சேமித்து வைத்திருக்கிறீர்கள். ஏன் என்று சொல்ல முடியுமா?" என்றாள்.

"ஓ அதுவா!" என்று தன்னை நிதானப்படுத்தியவன், "குழந்தைகள் மேல் விருப்பம் அதிகம்" என்று ஆரம்பித்தவன் இன்று வீட்டில் நடந்த கலவரம் வரையும் ஒன்று விடாமல் ஒப்புவித்தான் அவளிடம்.

அவன் இருபது நிமிடம் இடைவிடாது கூறிய அனைத்தையும் சலிப்பில்லாமல் கேட்டுக் கொண்டிருந்தாள் இந்துஜா. அது அவளுக்கு ஏனோ சலிப்புக்கு மாறாக ஒரு சந்தோசத்தையே கொடுத்திருந்தது.

"அப்போ வீட்டில் கல்யாணம் பேசுகிறார்கள் போல இருக்கு?" என்றாள் ஒரு சிரிப்புடன் இந்துஜா.

அந்தச் சிரிப்புக்குத் தனக்குத்தானே அர்த்தங்களைப் புரிந்து கொண்டவன் போல் "அவர்கள் அவர்களுடைய வேலையைப் பார்க்கட்டும். நாங்கள் எங்களுடைய வேலையைப் பார்ப்போம், நான் என்ன சொல்வது? அப்பா கூட காதலுக்கு எதிர்ப்பில்லைதான்" என்று அவளைத் தப்பமுடியாமல் பண்ணுவது போல் கதையை விட்டுப்பார்த்தான் அனந்தயன்.

அவனுடைய கதையின் போக்கைக் கண்டு கொண்ட இந்துஜா மனதில் சிரித்தவாறு அதனை அவனுக்குக் காட்டிக் கொள்ளாமல், "ஹாய் என்ன கதையெல்லாம் வேறு பக்கம் மாறுவது போலக் கிடக்கிறது? நாங்கள்

நண்பர்கள், நண்பர்கள் சரியா" என்றாள் கொஞ்சம் உரத்த குரலில்.

"வடை போச்சே!" இதனைக் கேட்ட அனந்தயன் கொஞ்சம் தடுமாறிக் கொண்டு "ஆம், ஆம், நான் அதை புரிந்துகொண்டிருக்கின்றேன்." என்று சமாளித்தான். அவனுடைய தடுமாற்றத்தை இரசித்தபடி மனதுக்குள் மீண்டும் சிரித்துக் கொண்டாள் இந்துஜா.

தான் போட்ட பந்து சரியான இலக்கினை பதம்பார்க்காமல் முறையற்ற பந்து (நோ போல்) ஆன கதையாகப் போனதே என்று நினைத்தபடி ஏதோ கேட்க முற்பட்டான் இந்துஜாவிடம்.

அதற்குள் அவள் முந்திக் கொண்டு "அது சரி நான் முதலில் இருந்து உங்களிடம் இதைக் கேட்டுக் கொண்டிருக்கிறேன். ஆனால் நீங்கள் அதற்குப் பதில் அனுப்பவில்லை. இப்பவும் மீண்டும் கேட்கிறேன், இப்போதென்றாலும் உண்மையைச் சொல்லுங்கோ" என்றவள், "நீங்கள் எனக்கு எப்படி நண்பர் விண்ணப்பம் அனுப்பினீர்கள்?" என்றாள்.

முதல் மாதிரி இப்பவும் இந்தக் கேள்விக்குப் பதில் சொல்லாமல் விடமுடியாது என்பதைப் புரிந்து கொண்ட அனந்தயன், "அது வந்து எனக்கு குழந்தைகளின் மேல் உள்ள ஒரு ஈர்ப்பால் உங்களுடைய சுய விபரப் பகுதியில் காணப்படும் புகைப்படத்தில் இருந்த திவ்வியாவின் குறும்புத்தனமான முகத்தின் அழகில் மயங்கி," என்று ஆரம்பித்து நடந்த விடயங்கள் அனைத்தையும் ஒன்றுவிடாமல் சொல்லி முடித்து, இறுதியாக திவ்வியாவின் புகைப்படத்தினைத் தான் தனது தொலைபேசியில் முதலாவது பகுதியில் காணப்படும் படமாகப் போட்டுள்ளதையும் ஒப்புவித்தான். அதற்கு இந்துஜாவிடம் மன்னிப்பும் கேட்டான்.

இதனைக்கேட்டு ஆச்சரியப்பட்டாள் இந்துஜா. ஆனால் அவளால் இந்தக் கதையை நம்பாமலும் இருக்க முடியவில்லை. ஏனென்றால் அனந்தயனுடைய முகநூல் மூலம் அவனுக்குக் குழந்தைகள் மேல் இருந்த ஈர்ப்பினைப் பார்த்திருந்தாள் அவள்.

கடைசியாக திவ்வியா.... என்று ஏதோ சொல்ல ஆயத்தமான இந்துஜாவை "இந்துஜாஅம்மா!" என்று கூப்பிட்டபடி ஓடிவந்த திவ்வியாவின் குரல் நிறுத்தியது.

"என்னம்மா?" என்றாள் திவ்வியாவைப் பார்த்து. இந்துஜாவிடம் நேரே ஓடிவந்த திவ்வியா அவளின் அருகே இருந்த தன்னுடைய பால் பானத்தினை குடித்தபடி இந்துஜாவைப் பார்த்து "தொலைபேசியில் யார்?" என்றாள்.

"அது என்னுடைய நண்பன்" என்றாள் இந்துஜா. "உங்கள் நண்பனைப் பூங்காவிற்கு வரச்சொல்லுங்கேளேன் அம்மா, நான் என்னுடைய நண்பியுடன் ஓடி விளையாடும் போது நீங்களும் உங்கள் நண்பனுடன் ஓடிப்பிடித்து விளையாடலாம்தானே!" என்றாள் திவ்வியா.

இதனைச் சிரித்துக் கொண்டே கேட்ட இந்துஜா, "நீங்கள் சின்னப் பிள்ளைகள் இந்தப் பூங்காவில் நீங்கள்தான் விளையாடலாம், நாங்கள் இல்லை" என்றாள் இந்துஜா.

"சரி இந்துஜாஅம்மா, அன்றியா காத்திருக்கிறா நான் போகிறேன்" என்று சொல்லியபடி, தனது பால் பானத்தினைக் குடித்துவிட்டு ஓடிப்போனாள் சுட்டி திவ்வியா.

இவ்வளவு நேரமும் மறுமுனையில் நடந்து கொண்டிருந்தவற்றை தொலைபேசியூடாகச் சிரிப்புடன் கேட்டுக் கொண்டிருந்த அனந்தயன், "நல்ல சுட்டி தானே

திவ்வியா, அவளுடைய அழகுக்கு ஏற்ற குரல்தான் மிகவும் இனிமை" என்றான்.

"நன்றிகள்" என்று சொன்ன இந்துஜா, "உங்களுக்குத் திவ்வியாவுடைய அழகு அவ்வளவு பிடிக்குமா? அவளுடைய புகைப்படத்தை முகப்புப் படமாக போட்டிருக்கிறீர்கள்" என்றாள்.

"ஓம்! அவள் மிகவும் அழகானவள். உங்களிடம் கேட்காமல் போட்டுவிட்டேன் அதற்கு மன்னியுங்கள்" என்றான் மீண்டும். "உங்கள் இருவருக்கும் ஒரே முகம் தான்" என்றான் அனந்தயன்.

அவன் அப்படிச் சொன்னதும் இந்துஜாவின் முகத்தில் நாணத்தின் ரேகைகள் ஓடியதை அவள் உணர்ந்தவளாய் "நன்றிகள்" என்றாள் மறுபடியும்.

மீண்டும் அவர்களுடைய உரையாடல், 'உங்களுக்குப் பிடித்த நிறம் என்ன? சினிமா நடிகர்" என நீண்டது.

இரண்டு மணித்தியாலங்கள் செல்ல, "சரி நான் இப்போ வீட்டுக்குச் செல்லவேண்டும், நேரம் இருந்தால் நாளைக்கு அழைக்கிறேன். இல்லாவிடில் செய்தி அனுப்புகிறேன்" என்றாள் இந்துஜா.

"சரி நல்லிரவு ஆகட்டும்" என்றான் அனந்தயன். "நிச்சயமாக இரவு வணக்கம்இ நல்ல இனிய இரவாகாட்டும்" என்றபடி அழைப்பினை துண்டித்து விட்டு வீட்டுக்குப் போவதற்காக திவ்வியாவைக் கூப்பிட்டாள்.

இராப்போசனத்தினை முடித்துவிட்டு திவ்வியாவை நித்திரையாக்கிய இந்துஜா, தனது அறைக்குச் சென்று கட்டிலில் சாய்ந்தபடி அனந்தயனுடன் தான் கதைத்த விடயங்களை மீட்டிப்பார்த்தாள். தான் ஏன் அவனுடன் கதைக்கும் போது மட்டும் மகிழ்ச்சி அடைகின்றேன்

என்று தன்னைத்தானே கேட்டுக் கொண்டாள். மீண்டும் எழுந்து அந்த சட்டை (மேற் சட்டை) இனை அலுமாரியில் இருந்து எடுத்து வந்து தனது கட்டிலில் விரித்தவாறு பார்த்துக் கொண்டிருந்தாள்.

காலையில் கட்டிலில் இருந்து எழுந்த அனந்தயன் "இனிய காலை வணக்கம், நன்னாளாகட்டும்" என்று இந்துஜாவிற்கு செய்தியை வைபர் இல் அனுப்பினான். இது இப்போ ஒரு வழமை ஆகிவிட்டது அவனுக்கு.

வேகமாக ஆயத்தமாகி, காலை உணவை உண்டு விட்டு அலுவலகத்திற்கு காரில் விரைந்தான் அனந்தயன்.

காலை பத்து மணி இருக்கும் அவனுடைய வேலை செய்யும் அறைக்கு "காலை வணக்கம்" என்று கூறியபடி வந்தார் எட்வேர்ட் ஐயா.

"இனிய காலை வணக்கம் ஐயா" என்றவன், எட்வேர்ட் ஐயா நல்ல அமைதியாக வந்திருப்பதைப் பார்த்து மனநிறைவடைந்தான்.

உள்ளே வந்த எட்வேர்ட் ஐயா கதிரையில் இருந்தபடி "நன்றாய்ச் செய்தீர்கள் சிறப்பானது அனந்தயா! உன்னுடைய பிரிவு அறிக்கை எல்லாம் சரியாக இருக்கிறது. உயர்மட்ட நிர்வாகத்திற்கு அனுப்பிவிட்டேன். இந்த முறை நல்ல பெயர் கிடைக்கும் என்று நினைக்கின்றேன். பதவி உயர்விற்கும் சந்தர்ப்பம் இருக்கு" என்றார் அதே சிரிப்புடன்.

"நன்றி ஐயா, எல்லாம் உங்களின் வழிகாட்டல்தான்" என்றான் அனந்தயன் மிக மகிழ்ச்சியுடன்.

"இல்லை, இல்லை இது உன்னுடைய முழுமையான முயற்சி, நல்லது. மேலும் தொடருங்கள்" என்று சொன்னபடி எழுந்து சென்றார்.

அனந்தயன் முழுமையாக மகிழ்ச்சியில் மூழ்கி இருந்தான். இந்துஜா தன்னுடன் நட்பான பிறகுதான் இதெல்லாம் நடக்கின்றதென்று அவன் மனம் சொன்னது. திடீர் என்று மீண்டும் தொலைபேசியை எடுத்தவன் "நன்றிகள்" என்று மட்டும் ஒரு செய்தியை இந்துஜாவிற்கு அனுப்பிவிட்டான்.

காலையில் விழித்தெழுந்த இந்துஜா தனது இரண்டு கைகளையும் உயர்த்தி சோம்பல் முறித்தாள். பக்கத்தில் இருந்த மின்விளக்கு ஆழியைப் போட்டாள். தனது தலையை சற்று உயர்த்திப் பார்த்தவளுக்கு விளங்கியது தான் இரவு எடுத்த அந்த சட்டை (மேற் சட்டை) இன்னும் தனது பக்கத்திலேயே இருப்பது. எழுந்து அதைப் பத்திரமாக மீண்டும் அலுமாரியில் வைத்து விட்டுச் சமையலறைக்குப் போனாள்.

மீண்டும் ஏதோ ஞாபகம் வந்தவளாய் படுக்கையறைக்கு வந்து தனது தொலைபேசியை எடுத்து நேரே வைபரை திறந்தாள். அவள் எதிர்பார்த்தது போல் அனந்தயனின் காலை வணக்கம் செய்தி இருப்பதைப் பார்த்து தானும் காலை வணக்கம் செய்தி அனுப்பினாள். இப்போது தான் அவள் நன்றிகள் என்று மாத்திரம் ஒரு செய்தி இருப்பதை கவனித்தாள். அது ஏனென்று அவளுக்குப் புரியவில்லை. சிறு குழப்பத்துடன் அதைப் பிறகு கேட்போம் என்று நினைத்துக் கொண்டு தனது வழமையான காலை வேலைகளில் ஈடுபட்டாள்.

காலை 8:00 மணி, இலண்டனில் உள்ள தெற்கு ஹரோ புகையிரத நிலையத்தில் நின்று கொண்டிருந்தாள் இந்துஜா. "ஹாய் இந்துஜா" என்றபடி அவளைக் கட்டி அணைத்தார் மகேஷா அத்தை! "எப்படி இருக்கிறீர்கள்? நீண்ட நாளாக உங்களைப் பாக்கக் கிடைக்கவில்லை, இலங்கை போன்தாகக் கேள்விப்பட்டேன் உண்மையா?" என்றாள் இந்துஜா.

"ஓம்! நாலு கிழமை விடுறையில் போயிருந்தேன், இப்போ முல்லைத்தீவு எல்லாம் இலண்டனின் வெளி நகரம் போல அந்த மாதிரி இருக்கு. எல்லாம் விருத்தி செய்யப்படுகிறது. ஆனால் எங்களுடைய ஆட்கள்தான் கஷ்டப்படுகிறார்கள். பார்ப்போம் எப்போதான் எங்களுக்கு விடிவு வரும் என்று? அது சரி ஊரிலுள்ள சித்தப்பா உன்னைப்பற்றி என்னோடு கதைத்தார்" என்றார் மகேஷா அத்தை. 'அவர் சொல்வதும் சரிதான், உனக்கும் வயது போகிறது. திவ்வியாவிற்கும் வயது போகிறது. அவள் சின்னனாக இருக்கும் போதே உன்னுடைய விசயத்தை முடிக்க வேணும். நீ இன்னும் பாத்துக் கொண்டிருப்பதில் அர்த்தம் இல்லை. ஒரு குருட்டு விசயத்தை நம்பி எவ்வளவு காலம் தான் நீ இப்படியே இருப்பாய்? திவ்வியாவையாவது நினைத்துப்பார்!" என்றார் மகேஷா அத்தை.

தன்னுடைய கூற்றுக்குப் பதில் சொல்ல விரும்பாதது போல் இந்துஜா இருப்பதைப் புரிந்து கொண்ட மகேஷா அத்தை "சரி நான் வாறன் உன்னுடைய அறிவுக்கு எது சரி என்று படுகிறதோ அதைச் செய்" என்றபடி நகர்ந்தார்.

அவர் சொன்னதை மீண்டும் ஒரு முறை மீட்டுப் பார்த்த இந்துஜா, தொலைபேசியில் தனது திவ்வியாவின் படத்தைப் பார்த்தபடி புகையிரதத்திற்காகக் காத்திருந்தாள்.

புகையிரதத்திற்குள் ஏறியவள் தன்னுடைய கடந்தகால நினைவுகளை ஒருமுறை மீட்டிப்பார்த்தாள். அவளை அறியாமலேயே அவளுடைய கண்களில் இருந்து கண்ணீர் சிந்த ஆரம்பித்தது. சுதாகரித்துக் கொண்ட அவள் தன்னுடைய கைப்பையில் இருந்து கைக்குட்டையை எடுத்து கண்களில் ஒற்றிக் கொண்டாள்.

அப்போது அவளுடைய வைபர் செய்தி ஒலித்தது. தனது தொலைபேசியை எடுத்துப் பார்த்தவள் கொஞ்சம்

திகைத்தாள். அனந்தயன் "எல்லாம் நன்மைக்கே அனைத்தும் சரியாகிவிடும்" என்று அனுப்பி இருந்தான். அவளுக்கு ஒன்றும் புரியவில்லை. நான் கவலைப்பட்டது இவனுக்கு எப்படித் தெரியும், ஆனாலும் அந்தச் செய்தி அவளை ஆறுதல் படுத்தி இருந்தது. "நன்றிகள்" என்று பதிலை அனுப்பினாள். "வேலைக்குப் போகின்றேன்இ பிறகு கதைக்கிறேன்" என்றும் அனுப்பினாள்.

"சரி நான் காத்திருக்கிறேன்" என்று அனந்தயனிடம் இருந்து பதில் வந்தது.

புகையிரதத்திற்குள் கண்ணாடிப்பக்க இருக்கையில் இருந்து கொண்டிருந்த இந்துஜா, தன்னுடைய தொலைபேசியினை கைகளின் உதவியில்லாமல் காதில்மாட்டிக் கதைப்பதற்குப் பயன்படும் கருவியை எடுத்துக் காதில் மாட்டிக் கொண்டு, அவளுக்குப் பிடித்த ஹிந்திப் பாடல்களை கேட்க ஆரம்பித்தாள். தனது மனதில் ஏதாவது குழப்பம் ஏற்பட்டால் ஹிந்திப் பாடல்களைக் கேட்பதை இலண்டனிற்கு வந்த பிறகு ஏனோ பழக்கப்படுத்திக் கொண்டிருந்தாள் இந்துஜா. பாடலுடன் மூழ்கி இருந்தவள் தன்னுடைய வாழ்க்கைப் பயணத்தின் முடிவு என்ன என்பதைத் தேட முடியாமல் தடுமாறுவதை உணர்ந்தாள். இது என் விதியா? இதில் யாரை நோவது? என்னுடைய மனதினை யார்தான் புரிந்து கொள்வார்கள். எல்லாரும் தங்களுடைய நிலையில் இருந்து தான் பேசுகிறார்கள், மற்றவர்களையும் அப்படியே யோசிக்க வைக்கிறார்கள். ஏன் இப்படி? அடுத்து நான் என்ன செய்ய வேண்டும்? என்று தன்னைத்தானே பல கேள்விகளைக் கேட்டு நொந்து கொண்டாள். அவளுடைய மனதில் உள்ள பாரங்களுக்குத் தீர்வு என்ன என்று கண்களை மூடியபடி சிந்திக்கத் தொடங்கினாள்.

அவளை அறியாமலேயே அனந்தயனின் முகம் அவளுடைய மனத்திரையில் பல தடவைகள் வந்து

போனது. "இல்லை இல்லை இது சரியா வராது. அவன் என்னுடைய நண்பன், அவனோடு கதைக்கும் போது என்னுடைய மனப்பாரம் குறைவது உண்மைதான். ஆனால் அதைத் தாண்டி யோசிக்கக் கூடாது. அது மட்டுமில்லை, அவனுடைய குடும்பத்தில் அவன் ஒரே மகன். பெற்றோர்கள் அவர்களின் ஒரே மகனுக்கு சொந்தங்கள் எல்லாம் பிரமிக்க வைக்கத்தக்க வகையில கல்யாணம் செய்து வைக்க ஆசைப்படுவார்கள். இதனை அவனே என்னிடம் சொல்லியிருக்கிறான்.

ஆனால் என் நிலையோ வேறு. இது சரிவராது. ஒரு வேளை அவன் இவ்வாறு நினைத்தாலும் நான் அதற்கு ஒரு போதும் சம்மதிக்கக் கூடாது.நான் எதிர்பார்க்கின்றது போல் "அவன்" வருவான்!!! காத்திருப்போம்! ஏதோ என் மனம் அதைத் தான் சொல்லிக் கொண்டே இருக்கின்றது" என்று தனது மனதுக்குள் அசை போட்டாள் இந்துஜா.

எட்வேர்ட் ஐயாவின் கூற்றால் மிகுந்த சந்தோசத்தில் இருந்தான் அனந்தயன். அதே சந்தோசத்தில் தன்னுடைய நண்பனைப் பார்க்க அவனுடைய வேலை செய்யும் அறையை நோக்கிச் சென்றான். ஆனால் பிரவீன் தனது வழமையான கடலை போடும் வேலையை கச்சிதமாக புதிதாக வந்த மனிதவள உத்தியோகத்தருடன் அவருடைய வேலை செய்யும் அறையில் இருந்து செய்து கொண்டிருந்ததை அவதானித்த அனந்தயன் மனிதவள உத்தியோகத்தருடைய வேலை செய்யும் அறைக்கு அருகில் சென்றான். அப்போது பிரவீன் சொன்னது அவனுடைய காதுக்குக் கேட்டது. அப்படியே வெளியில் நின்றபடி அவன் சொல்வதைச் செவிமடுத்தான் அனந்தயன். அவள் சிங்களம் என்றபடியால் ஆங்கிலத்திலேயே பேசினான் பிரவீன்.

அவள்: பிரவீன் என்னை எப்படி வர்ணிப்பீர்கள்?

பிரவீன்: 'ஏ பீ சீ டி ஈ எவ் ஜி எச் ஐ ஜே கே' என்றான்.

அவள் கொஞ்சம் யோசித்துக் கொண்டே, "அது எதைக் கருதுகின்றது" என்றாள்.

அதற்கு பிரவீன் "வணங்கத்தக்க, அழகு, அழகான, மகிழ்ச்சியூட்டக் கூடிய, நேர்த்தியான, நாகரிகமான, மிக அழகான, சூடான" என்றான்.

"மிகவும் அருமை, நன்றிகள். அது சரி மிச்சம் ஐ, ஜே, கே இனைப் பற்றி நீங்கள் சொல்லவில்லையே?" என்றாள்.

அதற்கு பிரவீன் "அது வந்து.... அது வந்து.... ஐ, ஜே, கே என்றால் நான் விளையாட்டுக்காகக் கூறினேன்" என்று முடித்தான் பெரிய சிரிப்புடன்.

அவள் "குறும்பு" என்று சொன்னபடி தன் முன்னால் இருந்த புத்தகத்தால் பிரவீனை எட்டி அடித்தாள். அப்போது சிரித்தபடியே உள்ளே நுழைந்தான் அனந்தயன். அவனைக் கண்ட அந்த மனிதவள உத்தியோகத்தர், "மன்னியுங்கள் ஐயா" என்றபடி எழுந்தாள்.

"இல்லை, இல்லை பரவாயில்லை இவன் இப்படித்தான், கவனமாய் இரு" என்றபடி, "வாடா வெளியில் போகவேணும்" என்று பிரவீனை அழைத்தவாறு வெளியேறினான் அனந்தயன்.

கோப்பிக் கடைக்குச் சென்று அங்கு அமர்ந்திருந்த அனந்தயனும், பிரவீனும் கடந்த பத்து நிமிடங்களாக காரியாலய விடயங்களைக் கதைத்துக்கொண்டிருந்தார்கள். நடுவில் பிரவீன், "டேய் மச்சான் கஸ்தூரி விசயத்தில ஒரு நேரான முடிவு எடு, அவள் பாவம். எவ்வளவு வருசமாக உன் பதிலுக்காகக் காத்துக் கொண்டு இருக்கிறாள்!" என்றான்.

"உனக்கு அது விளங்கவில்லை அவள் என்னுடைய நல்ல நண்பி உன் மேல் எனக்கு எவ்வளவு பாசம் இருக்கோ அவ்வளவு பாசம் அவள் மேலேயும் உள்ளது. அதற்கு மேல் எனக்கு வேறு எதுவும் தோன்றவில்லை."

"போடா நீயும் உன் தத்துவங்களும், அவளுக்குப் பின்னால் எவ்வளவு பேர் அலையிறாங்கள் தெரியுமா? நான் கேள்விப்பட்டனான். எங்கள் மேலதிகாரியும் அவளை அணுகினாராம். அவருக்கும் இல்லை என்று சொல்லிவிட்டாளாம். இப்ப அவள் வேலை செய்கின்ற அலுவலக மேலதிகாரி கூட அவளை நாலு வருசத்துக்கு முன்னே கூட்டம் ஒன்றில் வைத்துப் பார்த்து விருப்பம் தெரிவித்தவராம். ஆனால் அவருக்கும் இல்லை என்று தான் இவள் சொல்லியிருக்கிறாள். என்னவோ உன்மேல்தான் அவளது எண்ணம் எல்லாம் இருக்கிறது. ஏன்டா நீ இதனைப் புரிந்து கொள்கிறாய் இல்லை" என்றான் பிரவீன்.

"எனக்கு விளங்குது, என்னை மன்னித்துவிடு என்னவோ அவள் மேல் காதல் வரவில்லை. உனக்குத் தெரியும் தானே என்னுடைய சிந்தனைகள் எல்லாம் வேறு" என்றான் அனந்தயன்.

"ஓமடா ஒருத்திக்கு வாழ்க்கை கொடுக்க வேண்டும் என்று நீ அடிக்கடி சொல்லுவாய். ஆனால் இதுவும் அப்படித்தானே உன்னையே நினைத்துக் கொண்டிருக்கும் ஒருத்திக்கு நீ அதனைக் கொடுக்கலாமே?" என்றான் பதிலுக்கு பிரவீன்.

"இல்லையடா நீயே சொன்னாய் கஸ்தூரிக்குப் பின்னால் பலர் திரிகிறார்கள் என்று. அவளுக்கு நிறையத் தெரிவுகள் இருக்கு. ஆனால் வாழ்க்கை கொடுப்பது என்பது வேறு" என்றான் அனந்தயன்.

"உன்னைத் திருத்தவே முடியாது. பார்ப்போமே. விதியின் வழியில் நாம் எல்லாம் எம்மாத்திரம்" என்றவாறே, "சரி மச்சான் கூட்டம் இருக்கு, வழங்கல் பிரிவிற்குப் போகிறேன். உன்னுடைய அறிக்கை முடிவிற்கு என் வாழ்த்துக்கள்". என்றபடி அனந்தயனிடம் இருந்து விடை பெற்றுச் சென்றான் பிரவீன்.

பிரவீன் சொன்னவற்றை ஒரு கணம் சிந்தித்துப் பார்த்தான் அனந்தயன். ஏனோ அவனுடைய மனம் குழப்பத்தில் மூழ்கியது. அப்போது அவனுடைய தொலைபேசி ஒலித்தது. கூப்பிட்டது கஸ்தூரி என்பதனைத் தெரிந்து கொண்டவன் "ஆம் சொல்" என்றபடியே ஆரம்பித்தான்.

"டேய் என்ன செய்து கொண்டிருக்கிறாய்?" என்றாள் கஸ்தூரி. "கோப்பிக் கடையில் இருக்கிறேன், சொல்" என்றான் அனந்தயன்.

"சும்மா எடுத்துப் பார்த்தேன் உனக்குப் பிடித்ததெல்லாம் எனக்குத் தெரியும். ஆனால் ஒரு விடயம் மட்டும் ஞாபகத்தில இல்லை" என்றவள், 'சரி சரி அது இப்ப வேண்டாம், நீ சனிக்கிழமை இரவு உணவுக்கு வரும் போது கேட்கிறேன்" என்றாள்.

குழப்பத்துடன் "சொல் என்ன உனக்குத் தெரியாதது? இப்பவே கேள்" என்றான் அனந்தயன்.

"வேண்டாம், அதை அப்பவே கேட்கிறேன் அப்போது தான் நன்றாக இருக்கும்" என்றாள் கஸ்தூரி மீண்டும்.

"சரி என்னத்தையாவது செய்திட்டுப் போ," என்று செல்லமாகக் கோபித்தான் அனந்தயன்.

"சரி சரி கோப்பிக் கடையில் இருந்தபடி எவளையாவது கணக்குப் போட்டாய் என்றால் வந்து

கொல்லுவேன் சரியா?" என்று செல்லமாக அதட்டியபடி போய் வருகிறேன். கவனமாக இருங்கள் என்று சொல்லி தொலைபேசித் தொடர்பைத் துண்டித்தாள் கஸ்தூரி.

தொலைபேசியை மேசையின் மேல் வைத்த அனந்தயன், தன்னுடைய மனது தடுமாறுவதை முதன்முதலாக உணர்ந்தான். "ஏன் எனக்கு இப்படி ஒரு மாற்றம் கஸ்தூரி மேல்" என்று தன்னைத்தானே கேட்டுக் கொண்டான்.

"ஹாய்.. எப்படி இருக்கிறீங்க?, இப்பதான் வேலை முடிந்து போய்க் கொண்டிருக்கிறேன். இங்கிலாந்தின் நிலக் கீழ் புகையிரதத்தில் போகிறபடியால் சமிக்ஞை குறைவாக இருக்கிறது. வீட்டுக்குப் போய் கொஞ்சம் தாமதமாகி அழைப்புச் செய்யவா?" என்று இந்துஜாவிடமிருந்து செய்தி வந்திருந்தது. அது அனந்தயனை ஏனோ உற்சாகப்படுத்தியது. "சரி சரி பரவாயில்லை நான் காத்துக்கொண்டிருக்கிறன்" என்று பதில் அனுப்பினான், தனது இரவுப் போசனத்தை உண்டவாறே அனந்தயன்.

வழமையான பணிகளை முடித்துக்கொண்டு ஓர் அழகிய வெள்ளையும் சிவப்பும் கலந்த இரவு உடையில் தனது தொலைக்காட்சி அறைக்குச் சென்று அமர்ந்தாள் இந்துஜா. அந்த மஞ்சள்நிற மின்விளக்கு ஒளியில் அழகாக ஜொலித்தாள். என்ன நினைத்தாளோ தெரியவில்லை தன்னை ஒரு செல்பி எடுத்தாள். அதனை மாற்றம் செய்து அதனுடைய அழகைக் கூட்ட வேண்டிய தேவையே இல்லை. அப்படியொரு கொள்ளை அழகில் இருந்தது. எனினும் பெண்களுக்கே உரிய பாணியில் அதனை சிறு மாற்றம் செய்து சுயவிபர படமாக வைபரில் போட்டாள்.

அவளுடைய மனதில் திடிரென்று ஏதோ தோன்ற, "ஹாய். நீங்கள் அங்கு உள்ளீர்களா?" என்று அனந்தயனுக்கு செய்தி அனுப்பினாள்.

அவளுக்காகவே காத்திருந்த அனந்தயன், தனது வைபர் ஒலியினைக் கேட்டதும் மிக வேகமாக தனது தொலைபேசியை எடுத்து செய்தியை கிளிக் செய்தான். அப்போது அவனுடைய கண்கள் மயங்கியது. வேகமாக இந்துஜாவின் சுய விபரப் பகுதியில் காணப்படும் புகைப்படத்தினைத் திறந்து பார்த்தான். ஒரு கணம் அவன் ஆடிப் போனான்.

'அடடா இப்படிக் கொள்ளை அழகாக இருக்கிறாளே!!!", அவனுடைய உடலினுள் ஏதோ ஒரு மாற்றம் ஏற்படுவதை உணர்ந்தான். அவளையே பார்த்துக்கொண்டிருந்தவன், வேகமாக அந்தப் படத்தைச் சேமிப்புச் செய்தான். தன்னுடைய அறை யன்னலினூடாக வானத்தில் கொட்டிக்கிடந்த நட்சத்திரங்களைப் பார்த்தவாறே அந்தப் படத்தினை "மிகவும் அழகு, இந்த வானத்து நட்சத்திரங்கள் கூட உன்னைக் கண்டால் உன்னுடன் ஒரு செல்பி எடுத்துக்கொள்ள ஆசைப்படும்." என்று மாற்றம் செய்து அதனை செய்தியாக அனுப்பிவைத்தான்.

அதனைப் பார்த்த இந்துஜாவின் முகம் வெட்கத்தில் சிவந்தது. "நன்றி அன்பே" என்று பதில் அனுப்பினாள்.

பதிலைக் கண்ட அனந்தயன் வேகமாக அழைப்பினை எடுத்து "ஹலோ" என்று ஆரம்பித்த உரையாடல் கொஞ்சம் உரிமையாகவும், கொஞ்சம் கெஞ்சலாகவும், கொஞ்சம் காரமாகவும் சென்று கொண்டிருந்தது. அவர்கள் இருவருக்கும் நேரம் போவதே தெரியவில்லை. அவ்வளவு அனுபவித்துப் பேசிக்கொண்டிருந்தார்கள். ஆனால் இருவர் மனதிலும், நம் இருவர் எண்ணங்களும் நண்பர்களா

அல்லது அதையும் தாண்டிய உறவினை நோக்கியா இருக்கிறோம்? என்ற கேள்வியைத் தங்களுக்குள்ளேயே கேட்டபடி உரையாடல்களைத் தொடர்ந்தார்கள்.

"அது சரி இந்து, முடிந்தால் உன்னுடைய முகவரியைத் தருகிறாயா?" என்றான் அனந்தயன். "ஏன் நீ வரப்போகிறாயா?" என்றாள் இந்துஜா. "இல்லை நீ தா, ஆனால் ஒரு நாள் கட்டாயம் நான் வருவேன்" என்றான் அவன்.

"ஓம்... ஓம்... நீ எனக்காக இல்லாவிட்டாலும் உன்னுடைய கனவு நகரம் இலண்டன் என்றதால் வருவாய்தான்" என்றாள் இந்துஜா சிரித்தபடி.

"ஆம் ஆம், ஆனால் இப்போ நீதானே எனக்குக் கனவு நகரம்" என்று போட்டுப் பார்த்தான் அனந்தயன்.

"டேய் என்ன பாதை மாறுகிறது போல்?, அடங்கு... அடங்கு..." என்றாள் இந்துஜா. அப்படிக் கூறிக்கொண்டே தனது முகவரியைப் பதிவு செய்து அனுப்பினாள்.

ஆனால் இன்னும் அனந்தயன் அவளுடைய உண்மை நிலையை மீண்டும் கேட்க விரும்பவில்லை. ஏனென்றால் அவளுடைய கடந்தகால வாழ்க்கையைக் கேட்க முற்படும்போது அவள் மிகவும் மனம் உடைந்து போகிறாள். எனவே அவன் எதுவும் கேட்க விரும்பவில்லை. அவளுடன் இப்படியே சிரித்துக்கொண்டு பழகவே அவனுடைய மனம் விரும்பியது. அவளும் இதுவரை அதனை இவனுடன் பகிர விரும்பவில்லை. இவ்வாறே அந்த இரவில் அவர்களுடைய உரையாடல் முடிவுற்றது.

தனது கட்டிலில் சாய்ந்திருந்த இந்துஜாவின் மனம் "ஏன் அனந்தயனுடன் கதைக்கும் போதுமட்டும் விட்ட உறவு தொடர்வது போல் உணர்கிறேன்?, உண்மையில் இவன் தன்னுடைய ஒரு நண்பனாகப் பழக மட்டும்தான்

ஆசைப்படுகிறானா? அல்லது வேறு ஏதாவது ஒரு நோக்கம் இருக்குமா? அல்லது நான் இவனுடன் ஏன் இவ்வளவு இயல்பாகக் கதைக்கிறேன்? உண்மையில் என்னுடைய மனதிலும் ஏதாவது மாற்றம் ஏற்பட்டுள்ளதா?" என்று தன்னைத்தானே பல கேள்விகளைக் கேட்டுக்கொண்டிருந்தாள்.

என்ன இருந்தாலும் இவனுடைய நட்பு என்னை மகிழ்ச்சியில் வைத்துள்ளது. இவனை இழக்கக்கூடாது, அதேநேரம் நட்பைத் தாண்டிச் செல்ல என் மனதிற்கு இடம் கொடுக்கவும் கூடாது. நிச்சயம் என்னுடைய நம்பிக்கை வீணாகாது. "அவன்" வருவான், நான் அவனுக்காகக் காத்திருப்பேன், அந்த நம்பிக்கை எனக்கு உள்ளது, என்றபடி மீண்டும் எழுந்து சென்று அலுமாரியில் இருந்த அந்தச் சட்டை (மேற் சட்டை) இனை எடுத்து தனது தலையணைக்குக் கீழ் வைத்துவிட்டு அமைதியாக உறங்கினாள் இந்துஜா.

மறுநாள் காலையில் தனது காரியாலய அறைக்குள் சென்று உள்ளே அமர்ந்த அனந்தயனை "ஆம் உள்ளே வாருங்கள்" என்று சொல்ல வைத்தது, சிரோமியின் "நான் உள்ளே வரலாமா ஐயா?" என்ற அழகிய குரல். உள்ளே வந்த சிரோமி, தன்னுடைய கைகளில் அழகிய பொதி ஒன்றைக் கொண்டு வந்திருந்தாள். அதனைப் பார்த்த அனந்தயன், "என்ன பரிசு எல்லாம் கொண்டு வந்திருக்கிறாய், ஏதாவது விசேஷமா?" என்றான், சிரிப்புடன் சிரோமியைப் பார்த்து.

"இல்லை ஐயா இல்லை பரிசு, என்பது மட்டும் உண்மைதான், ஆனால் இதை நான் கொண்டுவரவில்லை. கஸ்தூரி என்று யாரோ ஒருவர் உங்களுக்கு அனுப்பியிருக்கிறார்" என்று சொன்னாள் சிறு புன்னகையுடன். அவளின் புன்னகையின் அர்த்தத்தைப்

புரிந்து கொண்ட அனந்தயன், அப்படி ஒன்றும் இல்லை என்பது போல தலையை அசைத்தபடியே பரிசினை வாங்கினான். "சரி ஐயா, நான் பிறகு வருகிறேன், பரிசை அனுபவியுங்கள்" என்று சொல்லிக்கொண்டே சிரித்தபடி வெளியேறினாள் சிரோமி.

அவள் சென்றவுடன் வேகமாக அதனைப் பிரித்துப் பார்த்தான் அனந்தயன், அழகிய மெல்லிய மென்சிவப்பு நிறத்தில் மாக்ஸ் & ஸ்பென்சர் ஷேட் ஒன்றினை அனுப்பி இருந்தாள் கஸ்தூரி.

அந்த அழகிய சட்டை (மேற் சட்டை) இனைப் பார்த்தபடி தனது கடந்தகால நினைவுகளை மெல்ல மீட்டிப் பார்த்தான் அனந்தயன். இன்று இப்படி இலண்டன் தரங்களின் மேல் இருந்த அவனுடைய மோகத்தினை உருவாக்கியதே கஸ்தூரிதான். அவனுடன் பல்கலைக்கழகத்தில் இருந்தே அவள் தோழி. அன்றில் இருந்து ஒரு தலைப்பட்சமாக அனந்தயனைக் காதலிக்கிறாள். இன்று அவனுடைய பல மாற்றங்கள், முன்னேற்றங்களுக்கு அவளுடைய முயற்சி நிச்சயம் பெருமளவில் உள்ளது என்பதை அனந்தயனும் மறுக்கமாட்டான்.

அனந்தயனின் நண்பர்களில், அவளுக்குத்தான் அவன் எப்பொழுதும் முதலிடம் கொடுப்பான். அதனை அவனுடைய நண்பர்களும் ஏற்றுக் கொள்வார்கள். முக நூலில் யார் கோரிக்கை அனுப்பினாலும் யார் என்று பார்க்காமலேயே சேர்த்தல் செய்யும் பழக்கம் உள்ளவன் அனந்தயன். "அது சரியில்லை, உனக்குத் தெரிந்த நண்பர்களை மட்டும் சேர்த்துக்கொள், நாங்கள் உனக்கு விரும்புதல் போடும் போது அதனைப் பார்த்த எனக்கு தெரியாத ஆனால் உன் நண்பர்கள் பட்டியலில் இருப்பவர்கள் எனக்கு நண்பர்; விண்ணப்பம் அனுப்பித்

தொந்தரவு செய்கிறார்கள்" என்று கஸ்தூரி சொன்னபடியால்தான் தனது நண்பர்கள் பட்டியலில் தன்னுடைய உண்மையான நண்பர் இல்லாதவர்களைப் பார்த்து அகற்ற ஆரம்பித்தான் அனந்தயன்.

அவனிடம் இருக்கும் பல இலண்டன் சட்டைகளுக்குச் சொந்தக்காரி உண்மையில் இந்தக் கஸ்தூரி தான். இன்றும் அவள் அனுப்பிய சட்டை (மேற் சட்டை) உடன் இதனை எப்போது அணிய வேண்டும் என்று வழமைபோல் ஒரு குறிப்பினையும் அனுப்பி இருந்தாள். அதில், "இதனை என்னுடைய இரவு உணவிற்குப் போட்டுக்கொண்டு வா" என்று எழுதப்பட்டிருந்தது.

கஸ்தூரிக்கு அழைப்பு செய்த அனந்தயன், "சரி நான் கட்டாயம் இதனைப் போட்டு வருகிறேன், மிகவும் அழகாக இருக்கிறது, வேறு என்ன? சந்திப்போம்" என்று கூறி தொலைபேசியை துண்டித்தான். அனந்தயன் இதற்கு நன்றி சொல்லவில்லை, ஏனென்றால் அவள் பரிசுகளைக் கொடுக்கும் போது நன்றி சொல்வது அவளுக்குப் பிடிப்பதில்லை.

சனிக்கிழமை காலை லண்டன் நேரம் 10.30, திவ்வியாவுடன் இருந்து தாயத்தினை பயன்படுத்தி விளையாடும் ஒரு வகை விளையாட்டு விளையாடிக் கொண்டிருந்தாள் இந்துஜா. இந்த விளையாட்டு இரண்டு பேருக்கும் மிகவும் பிடித்த விளையாட்டு, பொதுவாக திவ்வியாவிற்கு அதிர்ஷ்டம் அதிகம் தான். அவள் சின்னப்பிள்ளையாக இருந்தாலும் அவளுடைய அதிர்ஷ்டத்தால் தாயக்கட்டையில் அடிக்கடி அவளுக்கு தேவையான இலக்கம் வரும். அதனைப் பயன்படுத்தி அவள் அதிகப்படியான வெற்றிகளைப் பெறுவாள். இதனாலேயோ என்னவோ திவ்வியாவிற்கு இது மிகவும் பிடித்த விளையாட்டு. அவளுடைய அதிர்ஷ்டத்தில்

கிடைக்கும் பெறுபேறுகளைப் பார்த்து இந்துஜாவும் இதனை விளையாடும் சந்தர்ப்பத்தில் எல்லையற்ற சந்தோசம் அடைவாள்.

இன்றும் அவ்வாறே இருவரும் விளையாடிக் கொண்டிருக்கும் போது, ஏதோ பொதி ஒன்றினை விநியோகிப்பதற்காக ஒருவர் வந்திருந்தார். ஆட்டத்தை பாதியில் விட்டுவிட்டு எழுந்து சென்றாள் இந்துஜா. அவளுக்குப் பின்னால் திவ்வியாவும் ஓடிச் சென்றாள்.

அமேசன் நிறுவனத்தின் மூலம் ஒரு பெரிய பொதி வந்திருந்தது. அதுவும் அவளுடைய பெயருக்கு. ஆச்சரியத்துடன் அதனைப் பெற்றுக்கொண்ட இந்துஜா, உள்ளே சென்று அந்தப் பொதி யாரிடம் இருந்து வந்துள்ளது என்று பார்த்தாள். அவளுடைய மனதில் ஒரு பெரிய பரபரப்பு உண்டாகியது. அந்தப் பொதி அமேசன் நிறுவனத்தினூடாக ஒழுங்கு செய்து அனந்தயனால் அனுப்பப்பட்டிருந்தது.

ஆர்வத்தின் மிகுதியால் அதனைப் பிரித்துப் பார்த்தாள். உள்ளே இரண்டு பொதிகள் காணப்பட்டன. வேகமாக ஒன்றினை பிரித்துப் பார்த்தவள் தன்னை அறியாமலேயே "வாவ்" என்றாள். மெல்லிய பச்சை நிறத்தில் மிதமான தங்க நிறம் கலந்த ஒரு அமைப்பில் விருந்துக்கு அணியும் சட்டை அது மிகவும் உயர் தரமானதாகவும் இருந்தது. அவளுக்கு அது பிடித்திருந்தது. அவளை விட திவ்வியாவிற்கு அந்தச் சட்டை மிகவும் பிடித்திருந்தது.

திவ்வியாவிற்குப் பிடித்த மெல்லிய பச்சை நிறத்தில் அமைந்துள்ள அந்தச் சட்டையை அடம்பிடித்து அப்போதே அணிந்து கொண்டாள் திவ்வியா. அவளுக்கு அது கச்சிதமாக பொருந்தியிருந்தது. அப்படியே அவளை ஒரு புகைப்படமும் எடுத்தாள் இந்துஜா. தன்னைக்

கண்ணாடியில் பார்ப்பதற்கு தனது அறைக்கு மகிழ்ச்சியுடன் ஓடிப்போனாள் திவ்வியா.

அவள் சென்றவுடன் மற்றப் பொதியைப் பிரித்துப் பார்த்தாள் இந்துஜா. அதில் அழகிய நீலம், வெள்ளை நிறம் கலந்த ஒருவகை மேலைத்தேய நாட்டவர்களின் கலாசாரத்திலிருந்து வந்த மேற்சட்டையும்;, பாவாடையும் ஒரு முழுமையான உடையாக இருந்தது. அதனை ஆசையாகப் பார்த்தவள் அதனுடைய தரத்தினைப் பார்த்தாள். அவளுடைய மனதில் மிகவும் பலமாக ஏதோ உறுத்தியது. அந்த உடை ரீ.எம்.லூவின் நிறுவனத்தின் தயாரிப்பாக இருந்தது. அவளுடைய மனம் திடீரென்று ஏதோ கவலையும், அதேநேரத்தில் ஒருவித குழப்பமும் கலந்த நிலைக்குத் தள்ளப்பட்டது. இருந்தாலும் தனக்காக இதனை அனுப்பிய அனந்தயனுக்கு நன்றி சொல்ல வேண்டும் என்று தோன்ற, "நன்றிகள் பல, இரண்டு சட்டைகளுமே மிகவும் நன்றாக உள்ளன." என்று அனுப்பி, திவ்வியா அதனை அணிந்துள்ள புகைப்படத்தினையும் அனுப்பி வைத்தாள் அனந்தயனுக்கு.

அதனைப் பார்த்த அனந்தயன், "வித் மை பிளெஷர்" என்று பதில் அனுப்பினான். என்ன நினைத்தாளோ தெரியவில்லை, அனந்தயனுக்கு அழைப்பு செய்தாள் இந்துஜா. "ஹலோ என்ன செய்கின்றீர்கள்?" என்றாள்.

"ஹாய் இப்பதான் மதியபோசனம் முடித்துவிட்டு வீட்டில் தொலைக்காட்சி பார்த்துக் கொண்டிருக்கின்றேன். இன்றைக்கு சனிக்கிழமைதானே" என்ற அவன், "உங்களுக்குப் பிடித்திருக்கா?" என்றான்.

"பிடித்திருக்கு ஆனால் ஏன் உங்களுக்கு இந்தச் சிரமம்" என்றாள் இந்துஜா.

"என்ன கஷ்டம் இதில்? என்னுடைய அன்பான நண்பிக்கு என்னுடைய முதலாவது பரிசு" என்றான் ஆர்வத்துடன்.

"அப்ப நான் இனி உடுப்புக்கு காசு ஒதுக்கத் தேவையில்லை என்று சொல்லுங்கோ" என்று சிரித்தாள் அவள்.

"தயவுசெய்து, அதனைப் போட்டுக்கொண்டு ஒரு புகைப்படம் எடுத்து அனுப்புங்களேன்" என்றான் அனந்தயன்.

"கட்டாயம் அனுப்புகிறேன், ஆனால் இப்ப இல்லை விரைவில்" என்றவள், அப்படியே, "அதுசரி உங்களுக்கு இங்கிலாந்தின் ரீ.எம்.லூவின் தரம் நிரம்பப் பிடிக்குமோ?" என்று கேட்டாள் இந்துஜா.

"அப்படியில்லை பொதுவாக ஐக்கிய இராச்சியத் தரம் மேல் ஆர்வம் அவ்வளவு தான். நீங்கள் வேறு லண்டன் பெண், அப்போ இப்படித்தானே எடுப்பீர்கள். அதுதான் அதனை அனுப்பினேன். ஏன் உங்களுக்கு அந்தத் தரம் பிடிக்காதா?" என்றான் அனந்தயன்.

"இல்லை, இல்லை அப்படி ஒன்றும் இல்லை, சும்மாதான் கேட்டேன்" என்றாள் இந்துஜா.

"நீங்கள் ஓய்வாக இருக்கின்றீர்களா?" என்றான் அனந்தயன். "ஓய்வுதான், ஆனால் திவ்வியாவுடன் விளையாடிக் கொண்டிருந்தனான். உங்கள் பரிசு வந்தவுடன் அதை அணிந்துகொண்டு அவள் தனது அறைக்குப் போய்விட்டாள் ஒரு நிமிடம் பொறுத்திருங்கள்" என்றவள்,

'திவ்வியா, திவ்வியா என்ன செய்கிறாய்' என்றாள்.

"அம்மா இந்த உடையுடன் நான், மாமி வீட்டுக்குப் போய் வரட்டா?" என்றாள் ஓடி வந்து. இவள் மாமி என்று கூப்பிடுவதும் இந்துஜா கூப்பிடும் அதே சரோஜா மாமியைத்தான், இவளும் அவ்வாறே கூப்பிட்டுப் பழகிவிட்டாள்.

"சரி சரி கவனமாகப் போ, சாப்பிட நானும் அங்கே வருவேன்" என்றாள்.

"சரி இந்துஜாஅம்மா, இதனை யார் எனக்கு அனுப்பியது?" என்றாள் இந்துஜாவிடம், திவ்வியா.

"இதனை அம்மாவுடைய நண்பன் உனக்காக அனுப்பியது உனக்கு பிடித்திருக்கா?" என்றாள் இந்துஜா.

"ரொம்ப பிடித்திருக்கு உங்கள் நண்பனுக்கு என்னுடைய நன்றிகளைச் சொல்லிவிடுங்கள்" என்றபடியே வேகமாக ஓடிப்போனாள் மாமி வீட்டிற்கு திவ்வியா.

இவ்வளவு நேரமும் இந்த உரையாடல்களை ஆசையாகக் கேட்டுக் கொண்டிருந்த அனந்தயன் "மிக அழகு தான் திவ்வியா!" என்றான் இந்துஜாவிடம். அவளும் "ஓம் அவள் ஒரே சுட்டிதான்" என்றாள் பதிலுக்கு.

"உங்கள் நண்பர்கள் எல்லோருக்கும் இப்படிப் பரிசு எல்லாம் அடிக்கடி வாங்கிக் கொடுப்பீர்களா? உங்கள் நண்பர்களாக இருப்பவர்கள் ரொம்ப கொடுத்து வைத்தவர்கள் போல்" என்று சிரித்தாள் இந்துஜா.

"இல்லை இல்லை அப்படி இல்லை. உண்மையில் சொல்லப் போனால், பரிசுகள் வாங்குவதில் நான் ரொம்ப மட்டமானவன், ஆனால் யாரும் தந்தால் நான் வாங்குவேன், மற்றவர்களுக்கு கொடுக்கவேண்டி வந்தால் வவுச்சர் எடுத்துக் கொடுப்பதுதான் என்னுடைய வழக்கம். முதல் முறையாக நானே ஆன்லைனில் தேடி ஒழுங்கு பண்ணினது என்றால் அது உங்களுக்கும், திவ்வியாவிற்கும்தான். இதைக் கேள்விப்பட்டால் என்னுடைய நண்பர்கள் எல்லாம் பொறாமைப்படுவார்கள், முக்கியமாக கஸ்தூரி" என்றான்.

"ஓ, அப்படியா நன்றிகள்" என்றாள் மறுபடியும். கஸ்தூரி என்று ஒரு பெண்ணின் பெயரை அவன்

அழுத்தமாகச் சொன்னதும் இந்துஜாவின் மனதில் ஏதோ ஒருவித படபடப்பு உருவானதை அவளால் மறுக்கவும் முடியவில்லை, ஏற்றுக்கொள்ளவும் முடியவில்லை. "உங்கள் மற்ற நண்பர்கள்களைப் பற்றி என்னிடம் ஒன்றும் சொல்லவில்லையே, விருப்பம் என்றால் அவர்களைப் பற்றியும் சொல்லுங்களேன்? அப்பதான் நாங்கள் எல்லாம் ஒரே நண்பர்கள் குழாமாக இருக்கலாம்" என்றாள்.

"ஆம் ஆம்" என்றபடி பிரவீனில் இருந்து கஸ்தூரி வரைக்கும் ஒன்றுவிடாமல் சொல்லிக்கொண்டிருந்தான் அனந்தயன். கஸ்தூரியுடைய ஒருதலைக் காதலையும் அவன் முழுமையாக விபரித்தான். இந்தப்பகுதி மட்டும் இந்துஜாவைப் பாதித்திருந்தது உண்மைதான். அதனை அவள் வெளிக்காட்டவில்லை.

"ஏன், நீங்கள் அவளைக் காதலிக்கக்கூடாது?" என்று நேரடியாகக் கேட்டாள் இந்துஜா.

"இல்லை அது சரிப்பட்டுவராது, அவளுக்கு விசர், அவளே இது சரிப்பட்டுவராது என்று விரைவில் புரிந்து கொள்வாள்" என்றான் அனந்தயன்.

"ஓ! அப்படியா, அப்படியென்றால் முதலிலேயே தெளிவாகச் சொல்லிவிடுங்கள். ஏனெனில் பெண்கள் ஒரு விசயத்தில் ஆசைப்பட்டு விட்டால், குருட்டுத்தனமாக அதனை நம்பி அவர்கள் எண்ணங்களையும், சிந்தனைகளையும் பலமான நம்பிக்கையோடு அதை நோக்கியே நகர்த்துவார்கள். அது அவர்களுடைய இயல்பு என்றாள்" தன்னுடைய அனுபவத்தின் அடிப்படையில் இந்துஜா.

"ஆம் ஆம் எனக்குத் தெரியும், இன்றைக்கு எனக்கு இரவு உணவினை விசேடமாக ஒழுங்கு செய்து இருக்கிறாள். நானும் இன்றைக்கு ஆணித்தரமாக

சொல்லத்தான் போகிறேன். முன்னரும் பலதடவை சொல்லி இருக்கிறேன், ஆனால் இன்றைக்கு கொஞ்சம் கடுமையாகத்தான் சொல்லி இந்தப் பிரச்சினைக்கு ஒரு முடிவு கட்டப் போகிறேன்." என்றான் அனந்தயன்.

"அது நல்லதுதான், ஆனால் உங்களுக்காக அவள் ஒழுங்குபடுத்தின இரவு உணவில் அவளை வேதனைப்படுத்தும் விதத்தில் கடுமையான வார்த்தைகள் எதையும் சொல்லாதீர்கள் அது அவளைப் பலமாகப் பாதிக்கும், தன்மையாக உங்கள் நியாயத்தை விளங்கப்படுத்துங்கள். அவளின் நியாயத்திற்கும் செவி கொடுங்கள் அதுதான் உங்கள் இரண்டு பேருக்கும் இடையில் இருக்கிற நட்பிற்கு நல்லது" என்றாள் இந்துஜா.

அவள் கூறுவதை அவனால் மறுத்துக் கதைக்க முடியவில்லை. "சரி சரி நான் அப்படியே செய்கிறேன்" என்றான் அனந்தயன்.

"ம்ம் மிகவும் நல்ல பையன்" என்றாள் அவள்.

"சரி உங்களுக்கு இரவு உணவிற்கு ஆயத்தமாகிற வேலை இருக்கும், நானும் திவ்வியாவுடன் கடைப்பக்கம் போக வேண்டும். நாளைக்குக் கதைக்கிறேன் உங்களுக்கு இனிய மாலைவேளை ஆகட்டும்" என்றபடி தொலைபேசியைத் துண்டித்த அவளுடைய மனதில் ஏதோ பதட்டம் இருந்ததை இந்துஜா உணர்ந்தாள். அதனை அனந்தயனாலும் கொஞ்சம் உணர முடிந்தது.

"அவள் தொலைபேசியைத் துண்டித்ததும் "அன்பே, நீ இல்லாமல் வாடுகிறேன்" என்று செய்தியை அனுப்பினான் அனந்தயன். ஆனால் அதற்கு அவள் ஏனோ பதில் அனுப்பவில்லை.

மாலை 7:00 மணி, சினமன் லேக் சைட் ஹொட்டேலிற்குள் தன்னுடைய காரைச் செலுத்தியவன்

கண்களுக்கு, அந்த டொயாட்டா மொன்ரிறோ ஜீப் கண்களில் பட்டது. அது ஹோட்டலிருந்து வெளியேறிக் கொண்டிருந்தது. அதனை வெறித்துப் பார்த்தவன் அதனுள் இருந்தவனும் தன்னையே ஒரு சிரிப்புடன் பார்த்துக்கொண்டு செல்வதை அவதானித்தான். "ஏன் இவ்வாறு செய்கிறான்? யார் இவன்? ஏன் அன்று வேறு யாருக்கோ என்னைக் காட்டிக் கொண்டிருந்தான்?" என்று தன்னைத்தானே கேட்டபடி ஹோட்டல் நுழைவாயிலில் தனது காரை நிறுத்தி தனது கார் சாவியை காவலாளியிடம் கொடுத்தான், அதனைத் தரிப்பிடத்தில் விடுவதற்காக.

உள்ளே நுழைந்தவன் நேரடியாக கஸ்தூரி வரச்சொன்ன உணவகத்திற்குச் சென்றான். அங்கு சென்றவன் சுற்றும் முற்றும் பார்த்தான். எங்கும் கஸ்தூரியைக் காணவில்லை. கொஞ்சம் வேதனைப்பட்டான். தொலைபேசியில் நேரத்தைப் பார்த்தான். கஸ்தூரி சொன்ன நேரத்திற்குத்தான் வந்திருந்தான். ஆனால் அவள் அந்த இடத்தில் இல்லை.

பொறுமை இழந்தவனாக அவளுடைய இலக்கத்திற்கு அழைப்புச் செய்தான். அவளுடைய தொலைபேசி இணைப்பு துண்டிக்கப்பட்டிருந்தது. அவனுக்கு கொஞ்சம் பதற்றம் ஆனது. இவள் எங்கே போனாள்? இரவு உணவு என்று சொல்லிவிட்டு இன்னும் வரவில்லையே என்று அலுத்துக் கொண்டான். ஆனால் இப்படி முன்னர் எப்பவும் செய்ததில்லையே, நான் வர முன்பே வந்து அமர்ந்து என்னை வரவேற்பாள். அதனால்தானே வரமுன் அவளுக்கு அழைப்பு செய்யாமல் வந்தேனென்று தனது மனதுக்குள் கூறிக்கொண்டே குழம்பியபடி நின்றுகொண்டிருந்தான்.

அப்போது உணவக ஊழியர் ஒருவன் அவனிடம் வந்து, "என்னை மன்னிக்க வேண்டும் ஐயா, நீங்கள்

தானே அனந்தயன்?" என்று கேட்டான். ஆம், என்றபடியே அவனைத் திரும்பிப் பார்த்தான் அனந்தயன். ஐயா, தயவுசெய்து என்னுடன் வாருங்கள் என்றபடி நடந்தான். அனந்தயனுக்கு ஒன்றும் விளங்கவில்லை. அவனைப் பின்தொடர்ந்து நடந்து சென்றான்.

அவன் அந்த உணவகத்தில் இருந்த ஒரு பிரத்தியேக அறையைத் திறந்தான். அவனுடைய கண்களை அவனாலேயே நம்ப முடியவில்லை, அந்த அறை முழுக்க நட்சத்திரம் மின்னுவது போல் இருந்தது. அழகிய சிவப்பு நிறச் சட்டையில் வானத்துத் தேவதை போல் மிளிர்ந்தாள் கஸ்தூரி. அறையின் மேல் கூரையில் இருந்து தெறித்த மஞ்சள் ஒளி அவளுடைய மேனியெங்கும் பரவி அவளுடைய முகத்தினைப் பிரகாசமாக்கியது. அந்த உடையில் அவளது அங்கங்களின் அழகு மிகைப்பட்டு, பார்ப்பவர்கள் கண்களைக் கவரும் வகையில் இருந்தது.

தன்னுடைய கையில் வைத்திருந்த ரோஜாப் பூக்கொத்தினை அவனுடைய கையில் திணித்தபடியே அவனை இறுகக் கட்டித்தழுவி 'வரவேற்கிறேன் அன்பே! அனந்து" என்றாள் கஸ்தூரி. இன்று அவளுடைய தழுவல் அவனுடைய உடம்பில் என்றும் இல்லாதவாறு ஒருவித உஷ்ணத்தினை உருவாக்கியது.

அனந்தயன் இன்னும் இந்தப் பிரமிப்பில் இருந்து விடுபடவில்லை. மெழுகுவர்த்தி வெளிச்சத்தில் இரவு உணவு என்று தெரியாமல் வந்த அனந்தயன் முன்பு எப்போதும் இல்லாதவாறு முழுமையாகத் தடுமாறிப் போயிருந்தான். கஸ்தூரியின் அன்பின் எல்லையை அவனால் புரிந்து கொள்ளவும் முடியவில்லை. அவளுடைய இந்த அன்பினை அவனால் மறுக்கவும் முடியவில்லை. அவனைப் பிடித்து உலுக்கியவாறே கூட்டிக் கொண்டுபோய் அவனுக்காக ஒதுக்கியிருந்த

ஆசனத்தில் அமர்த்தினாள். தான் அவனுக்கு அனுப்பிய மென்சிவப்பு நிறச்சட்டையுடன் (மேற்சட்டை)

அவனை அப்படியே அவளுடைய தொலைபேசியில் படம் பிடித்தாள்.

உண்மையிலேயே அந்தச் சூழலும், கஸ்தூரியினுடைய அன்பும் அவனைத் தடுமாற்றத்திற்குள்ளாக்கியது. இப்படியான உணர்வு முன்பு ஒரு போதும் ஏற்பட்டதில்லை என்பதை அவனுடைய ஆழ் மனம் கூறிக்கொண்டிருந்தது.

அவள் முதலில் ஒழுங்கு செய்திருந்தது போல் கொக்ரெயில் உணவுப் பட்டியல்கள் ஒன்றன்பின் ஒன்றாக வந்தன.

(மதுபானம் அருந்துதல், புகைப்பிடித்தல் உடம்புக்கு மோசமான தீங்குகளை ஏற்படுத்தும். - வி. ஜனகன்)

கஸ்தூரி அவனுடன் மிக ஆர்வமாகக் கதைத்துக் கொண்டிருந்தாள். அவனை இன்று புதிதாகப் பார்க்கிறாள். அவனுடைய மனதில் ஏதோ மாற்றம் ஏற்பட்டுக் கொண்டிருந்தது, அவன் என்ன திட்டத்துடன் வந்தானோ அவை எல்லாம் கஸ்தூரியின் ஏற்பாட்டில் தவிடுபொடியாகிக் கொண்டிருந்தது. அவனை அறியாமலேயே வைனையும் மதுபானத்தையும் அளவுக்கு அதிகமாகவே குடித்தான். வைனை தானும் இரசித்துக் குடித்தபடியே, கஸ்தூரி செல்லமாக அனந்தயன் அதிகமாகக் குடிப்பதைத் தடுத்தாள்.

"டேய் உனக்கு இண்டைக்கு என்ன நடந்தது? இவ்வளவு குடிக்கிறாய்? அளவாகக் குடி, நான் என்றைக்கும் உனக்கு சந்தோசம் தருகிற விசயங்களையும் உனக்கு விரும்பியதையும்தான் செய்வேன்! நான் உன்னைக் காதலிக்கிறேன்" என்றாள்.

இதற்கு முன்னால் கஸ்தூரி பலமுறை அவனைப் பார்த்து "நான் உன்னைக் காதலிக்கிறேன்" சொல்லியிருக்கின்றாள். ஆனால் இன்று அவள் சொன்ன "நான் உன்னைக் காதலிக்கிறேன்" அவனுடைய இதயம்வரை சென்று தாக்கியதை முதல் முறையாக உணர்ந்தான் அனந்தயன். உண்மையிலேயே தனது மனம் தன்னிடம் நிலையாக இல்லை என்று உணர்ந்தான். நிச்சயம் அவன் குடித்த மதுபானம் அதற்கு காரணம் இல்லை என்றும் அறிந்திருந்தான் அனந்தயன். ஏனென்றால் இன்னும் அவனை அளவுக்கு அதிகமாக குடிக்க கஸ்தூரி அனுமதிக்கவில்லை.

அவள் ஒழுங்குபடுத்தி இருந்த உணவுப்பட்டியலின்படி உணவுகளும் பரிமாறப்பட்டன. அவற்றை எல்லாம் அளவாகச் சாப்பிட்டான் அனந்தயன்.

அவளுடைய அரவணைப்பாலும் கனிவான பேச்சாலும், தான் என்ன செய்கின்றேன் என்பதைக்கூட நிதானத்துடன் அவனால் அறியமுடியவில்லை. ஏனெனில் என்றும் இல்லாதவாறு அவனது இடது கையால் கஸ்தூரியின் கையைப்பற்றிக் கொண்டிருந்தான்.

அந்தக் கைப்பற்றலானது அவனுக்கு அந்தத் தருணத்தில் இதமாக இருந்தது. அதே போன்று கஸ்தூரியின் மனதில் இது முதன்முறையாக ஒரு புதிய சந்தோசத்தை ஏற்படுத்தியது. இருவரும் வேறு உலகத்திலேயே இருந்தபடியே விருந்தினை முடித்தனர். அந்தச் சந்தர்ப்பத்தை இருவருமே எதிர்பார்த்திருக்கவில்லை.

ஆனால் என்னவோ கஸ்தூரி இப்போது அவனிடம் நீ என்னைக் காதலிக்கிறாயா? என்று கேட்கவும் இல்லை. அவனுடைய மனம் நிதானமாகவும் இல்லை, முதலில்

நிதானம் அடையட்டும் பிறகு சொல்லட்டும் என்று நினைத்துக் கொண்டாள்.

இறுதியில் எதுவும் கதைக்கவில்லை, இருவரும் எழுந்து கைகளைக் கோர்த்தபடியே வெளியில் வந்தனர். அவர்களுக்காகவே காத்திருந்தது போல் நின்றுகொண்டிருந்தான் பிரவீன். அவர்கள் இருவரும் வந்த கோலத்தைப் பார்த்ததும் சந்தோஷம் தாங்க முடியாமல் தனது தொலைபேசியை எடுத்து படம் பிடித்துக்கொண்டான்.

அவனை அங்கு பார்த்துத் திகைத்த அனந்தயன், கொஞ்சம் தெளிவடைந்தவனாக, "நீ இங்கே என்ன செய்கிறாய்?" என்றான்.

"நான்தான் அவனை வரச்சொன்னேன், நீ குடித்திருக்கிறாய் வாகனம் ஓட்டுவது நல்லதல்ல, என்னையும் உன் காரிலேயே கொண்டு போய் இறக்கிவிடு" என்றாள் கஸ்தூரி.

இருவரும் காரின் பின் இருக்கையில் அமர்ந்திருந்தாலும் ஒருவருடன் ஒருவர் கதைக்கவில்லை என்பதையும் அவர்கள் இருவரும் தங்களுடைய கைகளைக் கோர்த்து இருந்ததையும் அவதானித்த பிரவீன், இப்பொழுது பேச்சுக்கொடுத்து அவர்களுடைய சிந்தனைகளைக் கலைக்க விரும்பாது வேகமாக காரைச் செலுத்தினான்.

காரைக் கஸ்தூரியின் வீட்டு வாசலில் நிறுத்தியதும் "நல்லிரவாகட்டும்" என்றபடி தனது கையை அவனிடம் இருந்து மனம் இல்லாமல் விடுவித்தாள். "நல்லிரவாகட்டும்" பிரவீன் என்று கூறியபடி காரை விட்டு இறங்கித் தனது வீட்டுக்குள் சென்றாள் கஸ்தூரி.

அவள் உள்ளே சென்றதை உறுதிப்படுத்திய பிரவீன், "முன்னுக்கு வாறியாடா?" என்று கேட்டபடியே அனந்தயனின் வீட்டினை நோக்கி காரை வேகமாகச் செலுத்தினான்.

"இல்லை, நான் கொஞ்சம் குழம்பியிருக்கிறேன். பின்னாலேயே இருக்கிறேன் நாளைக்குப் பேசுவோம்" என்றான் அனந்தயன். அவனை இதற்கு மேலும் கதைத்து வெறுப்பேற்ற பிரவீன் விரும்பவில்லை. காரை அனந்தயனுடைய தொடர்மாடிக்கட்டிடத் தரிப்பிடத்திற்குள் சென்று நிறுத்தி, அனந்தயனை மேலே செல்லுமாறு சொல்லிவிட்டு, அங்கு நிறுத்தியிருந்த தனது காரை எடுத்துக்கொண்டு புறப்பட்டான். ஏதோ அவனுடைய மனதிலும் சந்தோசம் குடி கொண்டிருந்தது.

இந்துஜாவுடன் கதைக்க ஆரம்பித்த முதல் நாளில் இருந்து இரவில் அவளுக்கு செய்தி அனுப்பாமல் தூங்காத அனந்தயன், அன்று அவன் மனக்குழப்பத்தாலும், குடித்திருந்தமையாலும் தொலைபேசியைப் பார்க்காமலே உறங்கிவிட்டான்.

திவ்வியாவை உறங்க வைத்துவிட்டு வெளியே எழுந்து போக மனமில்லாமல் ஏதோ மனக் கவலையுடன் திவ்வியாவின் கட்டிலிலேயே சாய்ந்து இருந்தாள் இந்துஜா. அவளுடைய ஒரு கை திவ்வியாவின் நெற்றியைத் தடவிக் கொண்டிருந்தது. தான் ஏன் இவ்வாறு கவலை அடைகின்றேன் என்று இந்துஜாவிற்கு நிச்சயம் தெரிந்திருந்தது. தன்னை அறியாமலேயே ஏதோ நப்பாசையில் தனது தொலைபேசியை எடுத்து வைபர் இற்கு போய் அனந்தயனிடம் இருந்து ஏதாவது செய்தி வந்திருக்கின்றதா என்று பார்த்தாள். ஆனால் செய்தி வந்திருக்கவில்லை. அவனும் ஆன்லைனில் இரண்டு

மணித்தியாலயத்திற்கு முன்புதான் இருந்துள்ளான் என்பதையே காட்டியது.

தன்னுடைய மனது தன்னுடைய கட்டுப்பாட்டை முதன்முறையாக மீறுகின்றது என்பதனை உணர்ந்து கொண்டாள் இந்துஜா. கஸ்தூரியிடம் உரிய முறையில் தனது மறுப்பைச் சொல்லியிருப்பானா? அதனைக் கஸ்தூரி ஏற்றிருப்பாளா? எல்லாம் நல்லமுறையில் நடந்திருக்க வேண்டும் என்று அனந்தயனைச் சுற்றியே அவளுடைய மனதும் சுற்றியது. நான் ஏன் இப்படித் தடுமாற வேண்டும்? என்று தனக்குள்ளேயே கேட்டுத் தன்னைத் தானே கட்டுப்படுத்திக்கொண்டாள். அவள் மனம் அவளுக்கு ஏதோவொன்றினைச் சொல்ல விரும்பியது.

திவ்வியா அழகாகத் தூங்கிக் கொண்டிருந்தாள். அவளுடைய முகம் அவளைச் சாந்தப்படுத்தியது. அதனால் அவளை விட்டு எழுந்து போக மனம் இல்லாமலேயே அவள் அருகில் சாய்ந்திருந்தவள் அவளை அறியாமல் அப்படியே தூங்கி விட்டாள்.

காலையில் தூக்கம் விட்டு எழுந்த இந்துஜா, தன்னை மறந்து தான் திவ்வியாவின் அறையிலேயே உறங்கியிருந்ததை உணர்ந்தாள். சட்டென எழுந்து, இன்று ஞாயிற்றுக்கிழமை தானே! திவ்வியா கொஞ்சம் கூடநேரம் தூங்கட்டும் என்று விட்டுவிட்டு, பாத்திரங்களெல்லாம் அப்படியே கழுவாமல் இருப்பது ஞாபகத்திற்கு வர தனது தொலைபேசியையும் எடுத்துக் கொண்டு சமையல் அறைப்பக்கம் போனாள்.

காலையிலேயே "உங்களுடன் கதைக்க வேண்டும்" என்று இந்துஜாவிற்கு வைபரில் செய்தி போட்டிருந்த அனந்தயன் இன்னும் அவள் ஆன்லைனில் இல்லை

என்பதனை அடிக்கடி தனது தொலைபேசியைப் பார்த்துப் புரிந்து கொண்டான். பொறுமை இழந்தவன் நேரடியாகத் தொடர்பை ஏற்படுத்தினான் இந்துஜாவிற்கு. "தொலைபேசி இடைநிறுத்தப்பட்டுள்ளது" எனப் பதில் வந்தது.

பாத்திரங்களைக் கழுவிக் கொண்டிருந்த இந்துஜா இரண்டு முறை தும்மினாள். மூக்கை அருகில் இருந்த கைதுடைக்கும் துணியினால் துடைத்து விட்டு, ஏதோ ஞாபகம் வர மேசையில் வைத்த தொலைபேசியை எடுத்துப் பார்த்தாள். அது மின்விசைச் சேர்வி இல்லாமல் செயலற்று இருந்ததை அப்போதுதான் கவனித்தாள். உடனடியாக அதனை தனது அறையில் இருந்த மின்விசைச் சேர்வியில் போட்டுவிட்டு மீண்டும் சமையலறைக்கு வந்து பாத்திரங்களைக் கழுவி, சமையலறையைச் சுத்தம் செய்ய ஆரம்பித்தாள்.

அவளுடைய எண்ணங்களில் மீண்டும் அனந்தயனின் விம்பம் வந்து போனது. சமையலறையில் இருந்தபடி வரவேற்பறையில் இருந்த சொகுசான கதிரையைப் பார்த்தவள் நேற்று அனந்தயன் திவ்வியாவிற்கு அனுப்பிய அந்த மெல்லிய பச்சை நிறச் சட்டையைப் பார்த்தாள். 'அனந்தயன் என்னை மட்டும் இல்லை தனது திவ்வியாவையும் நேசிக்கின்றான், அதுதான் அவன் எனக்கு உடை அனுப்பும் போது மறக்காமல் திவ்வியாவுக்கும் அனுப்பி உள்ளான். உண்மையில் அவனுடைய மனம் நல்லது. குழந்தைகள் மேலுல் பிரியமாகவும் இருக்கின்றான். அதுமட்டுமில்லாமல் தன் சார்பான விடயங்களை ஒளிவு மறைவு இல்லாமல் என்னிடம் பகிர்ந்து கொள்கின்றான். நான் சொல்வதையும் அமைதியாகக் கேட்கின்றான். நேற்றுக்கூட அவனுடைய நண்பியுடன் இரவு உணவிற்குப் போன போது என்னுடைய மனம் ஏனோ முழுமையாகப் பாதிக்கப்பட்டிருந்தது.

அப்படி என்றால் நான் அவன் மேல் ஏதாவது உரிமை எடுக்கின்றேனா? இல்லை என்னை அறியாமலேயே அவனைக் காதலிக்க ஆரம்பித்துவிட்டேனா?

இல்லை, இல்லை அப்படி இருக்கக் கூடாது. அனந்தயன் எனக்கு நண்பன் மட்டும்தான். நிச்சயம் "அவன்;" வருவான். ஏதோ என்னுடைய மனம் சொல்கிறது நான் அவனுக்காக மட்டும்தான் காத்திருக்க வேண்டும். அனந்தயன் என்னுடைய நண்பன் மட்டும் தான், என்று பலவாறு சிந்தித்துக் கொண்டு இருக்கும் போது மீண்டும் இரண்டு முறை தும்மினாள்.

தனது தும்மலுக்குக் காரணம் அனந்தயனாக இருக்குமோ என்று அவளுடைய மனம் சொல்ல மீண்டும் தனது தொலைபேசியை எடுத்துப் பார்க்கச் சென்றாள். அப்போது தொலைபேசி கொஞ்சம் மின்விசைச் சேர்வி ஏற்றப்பட்டு இயங்கு நிலையில் இருந்தது. வேகமாக வைபர் இனை கிளிக் செய்து பார்த்தாள். அவள் மனம் சொன்னது சரிதான். "நான் உங்களுடன் கதைக்க வேண்டும்" என அனந்தயனிடமிருந்து செய்தி வந்திருந்தது.

அதனைப் பார்த்த இந்துஜா, "நான் உங்களுடன் இரண்டு மணித்தியாலங்களுக்குப் பிறகு கதைக்கவா?" என்று பதில் அனுப்பினாள். அடிக்கடி தொலைபேசியைப் பார்த்துக் கொண்டிருந்த அனந்தயன் அவளுடைய செய்திக்கு உடனே பதில் கொடுத்தான் "சரி, பரவாயில்லை நான் இரண்டு மணித்தியாலங்கள் கழித்து தொடர்புகொள்கிறேன்" என்று. அந்தப் பதிலைப் பார்த்துவிட்டு இந்துஜா மீண்டும் தனது வீட்டு வேலையில் கவனம் செலுத்த ஆரம்பித்தாள்.

தனது தொலைபேசியில் வைபரினைப் பார்த்துக் கொண்டிருந்த அனந்தயன், தன் நண்பன் பிரவீணிடமிருந்து

வந்த புகைப்படச் செய்தி ஒன்றால் சற்று மனக்கவலை அடைந்தான். உடனே அவனுடன் தொடர்பு கொண்டான்.

"டேய் மச்சான் இன்னும் கனவுலகத்திலா இருக்கிறாய்? அதுதான் காலையிலே அழைத்து உன்னைக் குழப்ப விரும்பவில்லை. என் நல்வாழ்த்துக்கள்" என்றான் முந்திக்கொண்டு பிரவீன்.

"டேய் கொஞ்சம் அடங்கடா, உன்னோடு கொஞ்சம் கதைக்க வேணும். இப்ப நான் மொட்டை மாடியில் இருக்கிறேன், இப்ப நீ ஓய்வாக இருந்தால் வருகிறாயா?" என்றான் அனந்தயன்.

(மதுபானம் அருந்துதல், புகைப்பிடித்தல் உடம்புக்கு மோசமான தீங்குகளை ஏற்படுத்தும். - வி. ஜனகன்)

"சரி கறுப்பு ஒன்று இருக்கு. எடுத்திட்டு வருகிறேன். நேற்று நீங்கள் இரண்டு பேரும் என்னைப் பட்டினி போட்டீர்கள். இன்றைக்கு என்னுடைய உபசரிப்பு" என்றபடி தொலைபேசித் தொடர்பைத் துண்டித்தான் பிரவீன்.

சிறிது நேரத்தில் மீண்டும் பிரவீன் தொலைபேசியில் அழைத்தான். 'வந்து கொண்டு இருக்கிறேன். என்ன வாங்கி வர?" என்று கேட்டான். "இல்லை ஒன்றும் வேண்டாம். அம்மா கறி வைத்திருக்கிறா அது காணும்." என்றான் அனந்தயன்.

அரை மணி நேரம் கழித்து மொட்டை மாடியில் பிரவீனுடன் அமர்ந்திருந்த அனந்தயனின் முகத்தில், ஏதோ கவலைக்கான அடையாளங்கள் அதிகம் என்பதைக் கண்டு கொண்ட பிரவீன், தனது வழமையான வெகுளித்தனத்தை குறைத்துக் கொண்டு, "என்னடா வீட்டில் ஏதாவது பிரச்சினையா?" என்றான்.

"அப்படி ஒன்றும் இல்லை, ஆனால் நான் நேற்று அப்படி நடந்திருக்கக் கூடாது" என்றான் அனந்தயன்.

"என்ன சொல்கிறாய், ஒன்றும் புரியவில்லையே? இன்னும் நாங்கள் போத்தலைத் திறக்கவே இல்லையே? சொல்வதைத் தெளிவாகச் சொல்" என்றான் பிரவீன்.

"ஓம் உண்மையில் இப்ப போத்தலைத் திறக்கத்தான் வேணும்" என்றபடியே, மதுபானத்தை ஊற்றி, தன் வீட்டில் இருந்து கொண்டு வந்த ஐஸ் கட்டிகளை கண்ணாடிக் குவளைக்குள் போட்டு தன்னுடைய வழமையான பாணியில் வேறு எதுவும் கலக்காமல் "சியேஸ்" என்றபடி குடித்தான் அனந்தயன்.

"இல்லை மச்சான், நான் கொஞ்சம் கூடுதலாகக் கஸ்தூரியுடன் நேற்று நடந்து கொண்டேன். அது எனது மனதை இன்னமும் உறுத்திக் கொண்டிருக்கு" என்றான் அனந்தயன். அவனுடைய முகத்தில் வெறுப்பின் தோற்றம் காணப்பட்டது.

இதனை அவதானித்த பிரவீன் "போடா இதுவா விடயம்? அவளுக்கு உன்னைப் பிடித்திருக்கு. உனக்கும் அவளைப் பிடிக்கும். இதற்குப் பிறகு என்னடா, இதெல்லாம் ஒரு விடயமா? செய்வதெல்லாத்தையும் செய்திட்டு இப்ப உணர்ச்சி வருகிறது பார்?" என்றான் தன்னுடைய பாணியிலேயே பிரவீன்.

"இல்லை என்னைப் பொறுத்தவரையில் உணர்ச்சி பூர்வமான காதலை விட, உணர்வு பூர்வமான காதலில் தான் ரொம்ப நம்பிக்கை வைத்திருக்கிறேன். எனக்கென்னவோ கஸ்தூரி என்மேல் வைத்திருக்கிற பிரியம் வெறும் உணர்ச்சி பூர்வமான நிலையால் உருவானதே தவிர, உணர்வு பூர்வமானது இல்லை என்றுதான் தோன்றுகிறது. அதுதான் நிஜமும் கூட" என்றான் அனந்தயன் பதிலுக்கு.

"போடா நீயும் உன்னுடைய தத்துவங்களும். காதல் என்றால் உணர்வும், உணர்ச்சியும் இருக்கத்தான் செய்யும்.

இது இரண்டையும் ஏன்டா நீ வேறு வேறாகப் பார்க்கிறாய்? கஸ்தூரியைப் பொறுத்தவரையில் இரண்டையும் உன்னுடன் வைத்திருக்கிறாள். மூடிக் கொண்டு அவளையே காதலி" என்றான் பிரவீன் கொஞ்சம் கடுப்பான தொனியில்.

மேலும், "சரி நீ சொல்லுறபடியே அவளுக்கு இப்போ உணர்ச்சி பூர்வமான காதல் இருந்தால் கல்யாணத்திற்குப் பிறகு உணர்வு பூர்வமான காதல் வரும்தானே?" என்றான் பிரவீன்.

"ஆம் அதுதான் காதல், உணர்வுபூர்வமாக ஆரம்பித்து அதனுடைய உச்சநிலையில் உணர்ச்சி பூர்வமானதாக மாற வேண்டும். ஆனால் கஸ் தூரி விடயத்தில அது இல்லை என்றுதான் தோன்றுகிறது. அதனால் தான் நேற்று அவளோடு இருந்த நெருக்கம்; இன்று காலையில் பிழை என்று மனம் சொல்லுகிறது."

"அது மட்டுமல்ல இந்தக் காதலை ஏற்று அவள் மேல் இருக்கிற நட்பென்ற பாசத்தையும் இழக்க நான் விரும்பவில்லை" என்றான் அனந்தயன்.

"டேய் அனந்து ஒன்று மட்டும் சொல்லுகிறேன். போகிற பஸ்ஸில் ஏறிக் கொள்ள வேணும். அது போனபிறகு ஏறி இருக்கலாமே என்று யோசிக்கக் கூடாது. எனக்கென்னவோ உன்னுடைய நிலைமை அப்படித்தான் ஆகும் போலத்தெரிகிறது. அவ்வளவுதான் சொல்லிவிட்டேன்," என்றான் பிரவீன் குவளையில் இருந்த முழு மதுபானத்தையும் ஒரே இழுவையில் இழுத்தபடி. "டேய் அதற்கு ஏன் நீ பதற்றம் ஆகி இப்படி அடிக்கிறாய். மெதுவாகக் குடி" என்றான் அனந்தயன்.

'அதற்காக எங்குபோய்ச் சேரும் என்று பார்க்காமல் பின்னால் ஓடிப்போய் ஏறி வேறு இடத்துக்குப் போவதை விட அந்த பஸ்ஸில் ஏறாமல் விடுவதே மிகவும் நல்லது" என்றான் பதிலுக்கு அனந்தயன்.

"சரி அடங்கு மச்சான் இப்போ விசயத்துக்கு வா. உன்னுடைய மனசில் இருக்கிற பெண் யார்?" என்றான் பிரவீன்.

அவனுடைய கேள்வியால் சற்றுத் தடுமாறிய அனந்தயன், "என்னடா சொல்கிறாய்?" என்றான் தடுமாற்றத்துடன்.

"முயல் பிடிக்கிற நாயை மூஞ்சையில் தெரியும். யாரடா அவள்?" என்றான் மீண்டும் பிரவீன்.

பிரவீன் தன்னைச் சரியான முறையில் அடையாளம் கண்டுவிட்டான் என்று உணர்ந்த அனந்தயன், இனியும் தன் மனதில் இருப்பதை மறைத்து வைக்க முடியாதவனாய் இந்துஜா பற்றிய முழு விடயத்தையும் ஒன்று விடாமல் பிரவீனிற்கு ஒப்புவித்தான்.

பொறுமையாக அவன் கூறுவதைக் கேட்டுக் கொண்டிருந்த பிரவீனின் முகம் கோப அலைகளைத் தெறித்தபடி இருந்தது. அதனை அவதானித்த அனந்தயன் பெரிதாக அதைப்பற்றி அலட்டிக்கொள்ளாமல் தன் பக்க நியாயத்தையும் சேர்த்து அவனுக்குச் சொல்லிக் கொண்டிருந்தான்.

"டேய் உனக்கென்ன பைத்தியமா? தேவதை மாதிரி ஒருத்தி உனக்காகக் காத்திருக்க அவளை விட்டிட்டு, யாரோ ஒரு குழந்தையின் அம்மாவைப் போய் அதுவும் குடும்ப விபரம் ஒன்றுமே தெரியாமல் காதலிக்கிறன் என்று சொல்லுகிறாயே" என்றான் கோபத்துடன் பிரவீன்.

"இல்லை நான் காதலிக்கிறேன் என்று சொல்லவில்லை. ஆனால் அவள் மேல் ஏதோ உணர்வு பூர்வமான பாசம் வருகிறது. உனக்குத் தெரியும் தானே என்னுடைய எண்ணங்கள் எல்லாம் வேறு. இந்த விசயத்தில் ஏதோ அது ஒத்துப் போகிறது. எனக்கு என்னவோ அவள்

இப்போது அவளின் குழந்தையோடு தனியாக இருக்கிறாள் போலத்தான் தெரிகிறது. ஏதோ என் மனம் அவளை ஏற்றுக் கொள்ளத் துடிக்கிறது. இங்கு உணர்ச்சியை விட உணர்வு மேலோங்கி இருக்கு, இது காதலா என்று ஒன்றும் விளங்கவில்லை. ஆனால் கஸ்தூரி மேல் வராத ஏதோ ஒன்று இவள் மேல் எனக்கு வருகிறது. என்னை நம்பு" என்றான் அனந்தயன்.

அது சரியோ தவறோ, நண்பன் ஆசைப்படுவதைச் செய்ய வேண்டுமென்றே நல்ல நண்பர்கள் விரும்புவார்கள். அது போன்றே அனந்தயன் தன் நியாயங்களைச் சொல்லிக் கொண்டிருக்கும் போது ஏதோ பிரவீனிற்கும் அவனை அறியாமலேயே அதில் உடன்பாடு வருவதை உணர்ந்தான்.

"சரி நீ சொல்வது சரி என்றாலும், முதலில் அவளுடைய குடும்ப உண்மை நிலையை அறிந்து, பிறகு உன் மனதை ஒரு நிலைப்படுத்து. என்னவோ சரியான முடிவு எடு. உன் அப்பா, அம்மா பற்றியும் யோசித்துப்பார். அத்தை பற்றியும் எனக்கு நல்லாகத் தெரியும். உனது முடிவு இந்த நிலைமையில் பலருடைய வாழ்க்கையைக் கேள்விக் குறியாக்கிவிடும்" என்றான் பிரவீன்.

"நிச்சயமாக இன்றே அவளின் குடும்ப நிலையை அறிகிறேன்" என்றான் அனந்தயன். "ஆனால் பாவம் கஸ்தூரி! உன்னுடைய இந்த முடிவால் அவளுடைய மனம் நோகாமல் நடந்து கொள்" என்றான் பிரவீன்.

"நிச்சயமாக உனக்கே தெரியும் உங்கள் எல்லோரையும் விட கஸ்தூரி மேல் எனக்குப் பாசம் அதிகம். அவளைப்பற்றி எனக்கு நன்றாகத் தெரியும். அவள் நிச்சயம் நல்ல முடிவு எடுப்பாள்" என்றான் அனந்தயன்.

"சரி நான் வாறேன். மாலையில் கிரிக்கெட் விளையாட மைதானத்திற்குப் போக வேண்டும்" என்று சொல்லி அனந்தயனிடமிருந்து விடைபெற்றான் பிரவீன்.

பிரவீன் சென்ற பின் தாங்கள் இருவரும் கதைத்ததை ஒரு முறை மீண்டும் மீட்டிப் பார்த்தான் அனந்தயன். நிச்சயம் உணர்வு பூர்வமான காதலுக்குத்தான் முதலிடம் கொடுக்க வேண்டும் என்று தன்னை மீண்டும் திடப்படுத்திக் கொண்டான்.

மொட்டை மாடியில் கதிரையில் சாய்ந்தபடி வெகுவாகச் சிந்தித்துக் கொண்டிருந்த அனந்தயனை அந்த வைபர் ஒலி மீண்டும் பழைய நிலைக்குக் கொண்டு வந்தது. வேகமாக அதனை எடுத்து "ஹலோ" என்றான். அவனுக்கு தெரியும் அது நிச்சயமாக இந்துஜாவிடமிருந்து என்று.

"எப்படி இருக்கிறீர்கள்?" என்றாள் இந்துஜா.

"வீட்டு வேலையெல்லாம் முடிந்துவிட்டதா?" என்றான் அனந்தயன்.

"ஓம், இப்பதான் செய்து முடித்திட்டு திவ்வியாவை மாமி வீட்டுக்கு அனுப்பிவிட்டு உங்களுக்குத் தொலைபேசி அழைப்பு எடுக்கிறேன்;" என்றாள்.

"ஒ நன்றி, அன்பே" என்றான் அவன்.

"எப்படி இன்றைய பொழுதெல்லாம் போகிறது?" என்றாள் இந்துஜா

"ஓம் ஏதோ நன்றாகப் போகிறது" என்றவன், ஏன் இந்துஜா நேற்று கஸ்தூரியுடன் போனதைப் பற்றிக் கேட்கவில்லையே என்று மனதில் நினைத்துக்கொண்டான். ஒரு வேளை இன்றைய நாள் எப்படி என்பது, நேற்றைய நாளைத்தான் குறிக்குமோ? இந்தப் பெண்களைப் புரிந்து கொள்வதே சிரமம் தான் என்று நினைத்தபடி "இந்து நேற்று கஸ்தூரிக்கு, கொஞ்சம் அழுத்தத்துடன் அவளுக்கு விளங்கும் விதமாக சொல்லிவிட்டேன். ஆனால் நீங்கள்

சொன்னது போல அவளை மனம் நோகவிடவில்லை" என்றான். இருந்தாலும் அவனுக்குத் தெரியும் நடந்த உண்மையை தன்னுள் மறைக்கிறேன் என்று.

"ஓ அப்படியா, நல்லது." என்றாள் இந்துஜா. ஆனால் அவளுடைய குரலில் எந்தப் பெரிய மாற்றத்தையும் அனந்தயனால் உணர முடியவில்லை.

இவ்வாறு அனந்தயன் சொன்ன பிறகு ஏதோ தன்னுடைய மனது நிம்மதி அடைவது போல் உணர்ந்தாள் இந்துஜா. ஆனால் அது ஏன் என்று அவளுக்கு விளங்கவில்லை.

"இந்து நான் உன்னிடம் ஒன்று கேட்கப் போகிறேன். அதைக் கேட்கும் போது உன் மனம் நிச்சயம் மனவேதனை அடையும் என்பது எனக்குத் தெரியும். ஆனால் அதை இப்போது தெரிய வேண்டிய நிலையில் நான் இருக்கிறேன்" என்றான் அனந்தயன்.

அனந்தயன் எதைக் கேட்க முற்படுகின்றான் என்பதனை இலகுவாகக் கணித்த இந்துஜா "சரி நீங்கள் இவ்வளவுக்கு என்னோடு பாசமாகப் பழகுவதால் உங்களோடு இதைப் பகிரலாம் என்றுதான் என்னுடைய மனம் சொல்கிறது. ஆனால் ஒரு நிபந்தனையுடன் நான் நடந்ததைச் சொல்லுவேன். மேற்கொண்டு என்னிடம் எந்தக் கேள்வியும் கேட்கக் கூடாது" என்றாள்.

இது என்ன புது நிபந்தனை, சரி ஏதாவது சொல்லட்டும் பரவாயில்லை. தனக்குத் தேவையான தகவலை அவள் தரச் சம்மதித்ததே அவனுக்கு ஒரு நிம்மதியைக் கொடுத்தது.

"சரி இந்து நீ சொல் நான் கேள்வி கேட்க மாட்டேன்" என்றான் அனந்தயன்.

"2009ஆம் ஆண்டு இறுதி யுத்தம் வன்னியில் உக்கிரமாக நடந்து கொண்டிருந்தது. புதுக்குடியிருப்புப் பகுதியில் எங்கள் குடும்பம் அத்தனை பேரும் பதுங்குகுழிக்குள் இருந்தோம். அப்போது திவ்வியாவிற்கு ஒரு வயதுதான். பல பீரங்கிக் குண்டுகளை இராணுவத்தினர் போட்டுத் தள்ளிக் கொண்டிருந்தார்கள். எல்லா இடங்களிலும் ஒரே அலறல்களும், சாவுகளும். நாங்கள் எங்கள் உயிரைக் கையில் பிடித்துக் கொண்டு பதுங்கு குழிக்குள் இருந்தோம். என்னுடைய கையில் தான் திவ்வியா இருந்தாள். அந்தப் பிஞ்சு மழலைக்கு வெடிச்சத்தங்களைக் கேட்காமல் இருப்பதற்காக அவளுடைய இரு காதுகளிலும் பஞ்சை வைத்து அடைத்திருந்தோம்.

அப்பா சொன்னார் "பக்கத்துப் பதுங்கு குழிக்குள் போனால் நல்லது. இந்தப் பதுங்கு குழி அவ்வளவு பாதுகாப்பு இல்லை என்று", முதலில் திவ்வியாவை கொண்டு போங்கோ என்று கத்தியபடி சொன்னார். திவ்வியா என்னுடைய கையிலேயே என்றபடியால் நான் வேகமாக எழும்பி அடுத்த பதுங்கு குழிக்குள் ஓடிப் போய் பதுங்கிக்கொண்டேன். "இந்துஜா ஓடு" என்று அவர்கள் கத்திய அந்த அவலக் குரல்கள்தான் என் காதுக்குள் ஒலித்த அவர்களுடைய கடைசிக் குரல்கள் என்று நான் திரும்பி அந்தப் பதுங்கு குழியினைப் பார்க்கும் பொழுது தான் எனக்குத் தெரிந்தது.

"அவர்கள் இருந்த பதுங்கு குழிகளுக்குள் நேராகவே கொத்தாக குண்டுகளைப் போட்டார்கள். என் குடும்பம் அப்படியே என்னுடைய கண்முன்னே மண்ணோடு மண்ணாகப் போனது. இப்ப கூட அந்தக் காட்சியும் இந்துஜா ஓடு ஓடு என்று அவர்கள் சொன்னதும் என்னுடைய காதுகளில் கேட்டுக் கொண்டிருக்கின்றது" என்றவாறே விக்கி விக்கி அழுதாள் இந்துஜா.

அனந்தயனின் கண்களும் பனித்தே காணப்பட்டது. தன்னை ஆசுவாசப்படுத்தியபடி "அழாதே எல்லாம் முடிந்த விடயம். நடக்கின்றதை நினைக்க வேண்டும். திவ்வியா உன்னுடைய சொத்து. அவளுக்காக உன்னைத் திடப்படுத்திக்கொள்ள வேண்டும்" என்றான் அனந்தயன்.

"ஓம் அதற்காகத்தான் நான் உயிரோடு இருக்கிறேன். என்னுடைய திவ்வியாவிற்காக, எல்லாவற்றையும் என்னுடைய மனதில் புதைத்து விட்டு புதிய வாழ்க்கைப் பாதையில் பயணிக்கிறேன்" என்றவள், இப்போது கொஞ்சம் நிதானமாகக் காணப்பட்டாள்.

அவளுடைய இந்த நிதானமான பேச்சு அனந்தயனை சற்று உற்சாகப்படுத்தியது. தன்னுடைய பதிலுக்கு விடை கிடைத்தது போல் தோன்றியது. ஏதோ இனம் புரியாத சந்தோசம் அவன் மனதில் தொற்றிக் கொண்டது.

அந்தச் சந்தோசத்தில் "இந்து ஏனோ தெரியவில்லை உங்களுடன் கதைத்ததிலிருந்து என்னுடைய மனது திருப்தியாக இருக்கிறது. உங்கள் குரலில் ஏதோ சக்தி இருக்குப் போல" என்றான்.

அவள் சிரித்துக் கொண்டே "அப்படியா? எனக்கு அப்படி யாரும் சொன்னதில்லை, அப்படி ஏதாவது சக்தி இருந்தால் விற்கலாமா என்று பார்க்கின்றேன்" என்றாள்.

"அதே போலத்தான் உங்களுடன் கதைக்கும் போது எனக்கும் ஏதோ திருப்தியான மனநிலை ஏற்படுகிறது. நான் பொதுவாக வாலிபர்களை நண்பர்களாக வைத்திருப்பதில்லை. ஆனால் உங்களுடன் கதைக்கும்போது நான் சந்தோசமாக இருக்கிறேன். நன்றிகள்" என்றாள் இந்துஜா.

"என்ன இதற்கெல்லாம் நன்றி சொல்லுகிறீர்கள்?, இரண்டு பேருக்கு மிடையில் நல்ல புரிந்துணர்வு இருக்குப் போல" என்றான் அனந்தயன். அவனுடைய மனதில்

இப்போது அவளிடம் தன்னுடைய விருப்பத்தைச் சொல்லிவிடலாமா என்று தோன்றியது. ஏதோ சொல்ல முற்பட்டான்.

ஆனால் முந்திக் கொண்டு இந்துஜா "அனந்து உங்களோடு கதைக்கும் போது என்னை அறியாமல் ஒருவித பாச உணர்வு ஏற்படுகிறது. அது ஏன் என்றுதான் எனக்கு விளங்கவில்லை" என்றாள் இந்துஜா.

அவள் இப்படிச் சொல்லும்போது அனந்தயனின் சந்தோசத்திற்கு அளவே இல்லை. தன்னுடைய எண்ணத்திலேயே அவளும் இருக்கிறாள் என்று தோன்றியது.

தன்னுடைய மனதில் உள்ள விடயத்தை அவளிடம் சொல்லிப் பார்க்கலாமே என்று அவன் மனம் அவனை மேலும் தூண்டிக் கொண்டிருந்தது.

ஆனால் இந்துஜா அவன் பேசுவதற்கு இடம் கொடுக்காது தொடர்ந்தாள். "அனந்து என் மனதில் ஒரு விடயம் இருக்கிறது. அதனை இந்தச் சந்தர்ப்பத்தில் உன்னுடன் பகிரலாம் என்று தோன்றுகிறது" என்றாள் செல்லமான குரலில்.

அவளுடைய வார்த்தைகளைக் கேட்டதும் அனந்தயன் அளவில்லாத சந்தோசத்தினை அடைந்தான். "தான் நினைப்பது போல் அவளும் நினைத்துக் கொண்டிருக்கிறாள் போல, நல்லது அவளே இந்த விடயத்தைத் தொடங்கினால் நன்றாக இருக்கும்" என்று அவனுக்குத் தோன்றியது.

"என்ன என்னிடம் தானே சொல்ல வேண்டும், சொல்" என்றான் அனந்தயன்.

"இல்லை! இது நீண்ட காலமாக என் மனதில் புதைந்திருக்கும் ஒரு விசயம். இப்ப தான் நல்ல தருணம்

உன்னுடன் பகிர்ந்து கொள்ள. ஏனோ உன்னோடு இதைப் பற்றிக் கதைக்க வேண்டும் போலத் தோன்றுகிறது. அது தான்" என்றாள்.

இப்போது அனந்தயனின் மனதில் ஏதோ குழப்பம் ஏற்பட்டது. அதனைக் காட்டிக் கொள்ளாமல் "சொல்" என்றான்.

"சரி இறுதிக்கட்ட யுத்தத்தில் நானும் திவ்வியாவும் ஒருவாறு தப்பிப் பிழைத்து இராணுவக் கட்டுப்பாட்டுப் பகுதிக்கு வந்து கொண்டிருந்தோம். திவ்வியா பசியால் அழுது கொண்டிருந்தாள். அவளுக்கு பால் கூட வாங்கிக் கொடுக்க முடியவில்லை என்ற வேதனை என்னை வாட்டி வதைத்துக் கொண்டிருந்தது. கண்முன்னே அனைவரும் செத்துப் போவதைப் பார்த்த என் மனம் கல்லாக மாறி இருந்தது. திவ்வியாவின் நிலைமையை மட்டும் நினைத்துக் கொண்டு மற்றவர்களுடன் சேர்ந்து தப்பி ஓடி வந்து கொண்டிருந்தேன்.

எந்த உதவியும் எங்களுக்குக் கிடைக்கவில்லை. அதைச் செய்கின்ற நிலையில் அங்கு யாரும் இல்லை. எல்லோருக்கும் ஏதாவது உதவி தேவைப் பட்டுக் கொண்டிருந்தது. கண்முன்னே கஷ்டங்கள், சொல்லொணாத் துயரங்கள், எனது உடை கூட தண்ணீரில் முற்றாக நனைந்து கிழிந்து மிக அலங்கோலமாக இருந்தது, அதனை எல்லாம் பார்க்கும் நிலையில் நானும் இல்லை, பசி மயக்கம் வேறு. திவ்வியாவின் நிலைமையை நினைத்தபடி ஓடிக் கொண்டிருந்தேன். இராணுவக் கட்டுப்பாட்டுப் பகுதிக்குள் மிகப் பயம் கலந்த மனதோடு மற்றவர்களுடன் உள்ளே வந்தேன். ஆமிக்காரர் ஒவ்வொருத்தரின் முகமும் அரக்கர்களின் முகம் போல அந்தச் சந்தர்ப்பத்தில் தெரிந்தது. எவரது முகத்தையும் பார்க்க எனக்கு விருப்பமில்லை. கீழே பார்த்தபடியே

ஓடிக் கொண்டிருந்தேன். எனது உடல் குளிராலும் பயத்தினாலும் நடுங்கிக் கொண்டிருந்தது.

திடிரென்று, ஒருவன் வந்து என் உடம்பை நீல நிறச் சட்டை (மேற் சட்டை) ஒன்றினால் போர்த்தி தங்கச்சி இந்தப் பக்கம் போங்கோ, பயப்பட வேண்டாம் என்று சொன்னான். வாழ்க்கையின் எல்லைக்கே போய் நரக வேதனையை அனுபவித்துக் கொண்டிருந்த எனக்கு அவன் செயலும் அவனுடைய வார்த்தையும் என்னை ஒருகணம் வாழச் சொன்னது. இது வரைக்கும் யாருடைய முகத்தையும் பார்க்காமல் வந்து கொண்டிருந்த எனக்கு அவனுடைய முகத்தை மட்டும் பார்க்கத் தோன்றியது. ஆனால் அந்த சன நெரிசலில் என் கண்களும் களைத்து, பார்வையும் மங்கி இருந்ததால் அவனுடைய முகம் சரியாக விளங்கவில்லை. ஆனால் ஒன்று மட்டும் சொல்லுவேன், அவன் ஒரு இளைஞன், அவன் தான் போட்டிருந்த சட்டை (மேற் சட்டை) இனையே கழட்டி என் மேல் போர்த்திவிட்டு பெனியனுடன் சென்றுகொண்டிருந்தது எனக்கு தூரத்தில் தெரிந்தது.

வாழ்க்கையே நரகம் ஆகிப் போன நேரத்தில் ஏதோ அவனின் செய்கை வாழ்க்கை முடியவில்லை இன்னும் தொடரும் என்று என் மனதில் சொல்ல வைத்தது. அவனுடைய முகம் என் கண்களில் பதியவில்லை என்றாலும் அவன் என் மனக் கண்களில் ஆழமாகப் பதிந்துள்ளான். ஏதோ அன்றில் இருந்து எனக்குத் துன்பம் வரும்போது அவனை நினைப்பேன். திடிரென்று எனக்கும் ஏதாவது வழி கிடைக்கும். இப்படிப் பல சந்தர்ப்பத்தில் உணர்ந்திருக்கிறேன். அதனால் தான் என்னவோ என் மனம் அவன் மீண்டும் என்னைச் சந்திப்பான், எனக்காக வருவான் என்று சொல்லிக்கொண்டிருக்கிறது. இது ஒரு முட்டாள்தனம் என்று தெரியும், ஆனாலும் எனது மனது இதனை நம்புகின்றது" என்றாள்.

'உனக்குத் தெரியுமா அனந்து எனக்குக் கோயிலில் சுவாமிக்கு முன்னால் பூப்போட்டு பார்க்கிற பழக்கம் இருக்கு. அவன் வருவானா? என்று பூப்போட்டுப் பார்ப்பேன். பல தடவைகள் அப்படிச் செய்திருக்கிறேன். ஒவ்வொரு தடவையும் அவன் வருவான் என்றுதான் வரும். ஏன் நீ கதைத்த பிறகு கூட பூப்போட்டு பார்த்தேன். அப்பொழுதும் அப்படித்தான் வந்தது. நான் நம்பிக்கையாக இருக்கிறேன் அவன் வருவான், ஓம் தானே?" என்றாள் கொஞ்சம் சத்தம் அதிகமாக.

இவ்வளவு நேரமும் தனது கனவுகள் அனைத்தும் தவிடு பொடியாகிக் கொண்டிருப்பதை உணர்ந்தவாறே அவள் சொல்வதைக் கேட்டுக் கொண்டிருந்த அனந்தயன் தன்னை மறந்து "ஓம்!" என்றான் அவளுடைய கேள்விக்குப் பதிலாக.

"சந்தோசம் அவன் நிச்சயம் வருவான்! இப்பகூட அவன் என் அருகில் இருப்பது போலத்தான் தெரிகிறது. அவன் ஏதோ என்னைத் தேடிக் கொண்டிருக்கிறான் என்பது போலத் தோன்றுகிறது. அவன் தான் என்னுடைய வாழ்க்கையை முழுமைப்படுத்துவான் அனந்து," என்றாள் உணர்ச்சி வசப்பட்டவளாக. ஏதோ அவளுடைய ஆழ்ந்த நம்பிக்கையை சிதைக்க விரும்பாத அனந்தயன், தன்னுடைய விருப்பத்தை அவளிடம் கூறுவதில் எந்தப் பயனும் இல்லை என்பதனைப் புரிந்து கொண்டவனாக "சரி நிச்சயமாக உனது நல்ல மனதுக்கு நீ நினைப்பது போல் நடக்கும்" என்றான் கனத்த மனதுடன்.

"உன்னோடு பேசிக் கொண்டிருக்கும் போது எனக்கு என்னவோ நம்பிக்கை அதிகமாகி இருக்கிறது. நான் நினைப்பது நிச்சயம் நடக்கும்." என்றவள் திடீர் என்று "உன்னிடம் ப்பேஸ் ரைம் இருக்கிறதா இருந்தால் காணொளி பார்த்துக் கதைக்கலாம் தானே" என்றாள் இந்துஜா.

தன்னுடைய மனதில் தான் எண்ணிய விசயம் தகர்ந்து போய் மனம் உடைந்து இருந்த அனந்தயன், அவளிடம் அதைக்காட்டிக் கொள்ளாமல் "ஓம் இருக்கிறது" என்றான்.

அவனுடைய குரலில் ஏதோ மாற்றத்தைக் கண்ட இந்துஜா "ஏன் ஏதாவது மனம் கஷ்டப்படுகிற மாதிரிச் சொல்லிவிட்டேனா? அல்லது எனது கடந்த காலக் கதையால் உன் மனம் கஷ்டப்பட்டு விட்டதா? மன்னித்துவிடு" என்றாள்.

"இல்லை இல்லை அப்படி ஒன்றும் இல்லை. சரி ப்பேஸ் ரைமிற்கு வருகிறாயா?" என்றான் அனந்தயன்.

"சரி" என்றவள் ப்பேஸ் ரைமில் அவனுக்கு அழைப்புச் செய்தாள். ஏனோ அதனை திடிர் என்று மீண்டும் துண்டித்துவிட்டு தனது அறைக்குச் சென்றாள் இந்துஜா. அனந்தயனின் மனதில் ஏதோ மீண்டும் நம்பிக்கை ஏற்பட்டது. ஆனால் அது ஏன் என்று விளங்கவில்லை. அந்த நம்பிக்கை கலந்த முகத்துடன் ப்பேஸ் ரைமில் அவளுடன் கதைக்க முற்பட்டான். முதல் தடவையாக அவளை நேரில் பார்க்கப் போகிறேன் என்ற படபடப்பு அவனை அறியாமல் ஒட்டிக் கொண்டிருந்தது.

அறைக்குள் சென்றவள் வேகமாகத் தன்னுடைய உடையையும் தனது தலைமுடியையும் சரிப்படுத்தி தன்னை ஒரு கணம் கண்ணாடியில் பார்த்தாள். என்னை அவனுக்கு நிச்சயம் பிடிக்கும் என்று மனதில் நினைத்துக் கொண்டாள். ஏன் இவ்வாறு நான் பதட்டப்படுகின்றேன்? அவன் என்னுடைய நல்ல நண்பன் தானே. நான் எவ்வாறு இருந்தாலும் அவனுக்கு என்னைப் பிடிக்க வேண்டும் தானே என்றது அவளுடைய அடி மனது.

மீண்டும் ஒருமுறை தன்னைக் கண்ணாடியில் பார்த்தவள், வேகமாகத் தனது தொலைபேசியை எடுத்து

கட்டிலில் அமர்ந்தவாறு மீண்டும் ப்பேஸ் ரைமில் அவனுக்கு அழைப்புச் செய்தாள்.

அவளுக்காகக் காத்திருந்த அனந்தயன், ஒரு தொலைபேசி ஒலியுடனே தொலைபேசியை எடுத்தான். அவளை நேராகப் பார்க்கப் போகிறேன் என்று அவனுடைய மனம் தடுமாறியது.

"ஹாய்" என்றாள் அதே சிரித்த முகத்துடன் இந்துஜா.

அவளைப் பார்த்த அனந்தயன் ஒருகணம் தன்னை மறந்த நிலையில் இருந்தான். அவளுடைய குறும்பு கலந்த முகம் அப்படியே திவ்வியாவிற்கும் இருந்ததை அவன் மீண்டும் ஒருமுறை மீட்டுப்பார்த்தான். அவள் புகைப்படத்தில் இருந்ததை விட மிக யதார்த்தமான அழகில் ரொம்ப புத்துணர்ச்சியாக ஜொலித்தாள்.

"ஹாய் அனந்து என்ன? அப்படியே அதிர்ச்சி அடைந்துவிட்டாயா? நான் நேரில் அவ்வளவு அசிங்கமா?" என்றாள் சிரிப்புடன். அவளுடைய பெரிய சிரிப்பொலி அவனை நிஜ உலகுக்கு கொண்டு வந்தது.

"இல்லை எனக்கு அவன் மேல் பொறாமையாக இருக்கு" என்றான்.

"யார் மேல்?" என்றாள் அவள்.

"அவன்தான் உன் மனதில் இப்போது இருக்கிறவன் மேல்"

"ஏன் அப்படிச் சொலகிறாய்?" என்றாள் அவள். "இல்லை இப்படி ஒரு அழகே அவனைத் தேடிக் கொண்டிருக்கிறது என்றால் அவன் கொடுத்து வைத்தவன் தானே" என்றான்.

"போடா நீ மோசம்!" என்றாள் செல்லமாக இந்துஜா. "நான் அப்படி ஒன்றும் பெரிய அழகு கிடையாது, ஏதோ ஒரு சுமார்தான்" என்றாள்.

"உன்னுடைய தன்னடக்கத்திற்கு அளவே இல்லை" என்றான் அனந்தயன்.

"என்னைப் புகழ்ந்தது போதும் நீ கூடத்தான் தெலுங்குப் பட கதாநாயகன் மாதிரி அழகாக இருக்கிறாய். அந்தக் கஸ்தூரி ஏன் உன்னையே துரத்துகிறாள் என்று இப்பதான் புரிகிறது" என்றாள் ஒரு சிரிப்புடன் இந்துஜா.

"சரி சரி அடங்கு, விட்டால் நான் தான் தெலுங்கு சூப்பர் ஸ்டார் என்பாய் போல. உண்மையான தெலுங்கு சூப்பர் ஸ்டார் சிரஞ்சீவியும், ராம்சரனும் என்னுடன் அப்பாவும், மகனுமாக சண்டைக்கு வரப் போறார்கள்" என்றான் அனந்தயன்.

"ஓம், அப்படி வேறு நினைப்பிருக்கா நம்மட அனந்துக்கு" என்றாள் செல்லமாக இந்துஜா.

"சரி இதுதான் என்னுடைய குட்டி உலகம் என்றவாறே தனது அறையினைச் சுற்றிக் காட்டினாள்" இந்துஜா.

மிக நேர்த்தியாக அடுக்கி வைக்கப்பட்ட அந்த அறை, பார்க்கும் இடம் எல்லாம் மிக அழகாகக் காணப்பட்டது.

"வாவ் உன்னை மாதிரியே உன்னுடைய அறையும் அழகாக இருக்கிறது" என்றான் அனந்தயன்.

"அழகாக வைத்திருப்பது எனக்கு நன்றாகப் பிடிக்கும். திவ்வியாவையும் அப்படியே பழக்கி வருகிறேன். அவளும் என்னை விட அறையை அழகாக வைத்திருப்பதில் கவனம் செலுத்துவாள். எங்களிடையே யார் அறையை மிகவும் அழகாகவும் சுத்தமாகவும் வைத்திருப்பது என்று அடிக்கடி போட்டி வரும்" என்றாள் இந்துஜா.

"அருமை! அறையை அழகாக வைத்திருந்தால் எங்களுடைய மனமும் அமைதியாக இருக்கும்" என்றான் அனந்தயன்.

"உனக்கு அந்த சட்டையைக் (மேற் சட்டை) காட்டவா?" என்றாள்" இந்துஜா.

"ஆம், ஆம் அதை நானும் பார்க்கவேண்டும்" என்றான் அவன்.

அப்படியே எழுந்து போய் தனது அலுமாரியைத்திறந்து அழகாகக் கொழுவி வைக்கப்பட்டிருந்த அந்த சட்டை (மேற் சட்டை) இனை எடுத்து தனது கட்டிலில் வைத்து தொலைபேசியைத் திருப்பி அதனை அனந்தயனுக்கு காட்டினாள்.

அதனைப் பார்த்தவனின் மனம் கொஞ்சம் தடுமாறியது. அது அவனுக்கு ஏனென்று புரியவில்லை. இருந்தாலும் அவள் இந்தச் சட்டைக்கு (மேற் சட்டை) உரியவன் மேல் வைத்திருக்கும் காதலையும், அவன் தன்னைத் தேடி வருவான் என்று வைத்திருக்கும் நம்பிக்கையையும் பார்த்து வியப்பும் பொறாமையும் அடைந்தான் அனந்தயன்.

"உண்மையில் உன்னை அடைவதற்கு அவன் அதிகம் கொடுத்து வைத்திருக்கவேண்டும். ஒரு சட்டை (மேற் சட்டை) இனையே இவ்வளவு பாதுகாப்பாக வைத்திருக்கிறாய். அவன் மட்டும் கிடைத்தால் அவன் மேல் எவ்வளவு அன்பைப் பொழிவாய்? எனக்கு நினைக்கும் போதே புல்லரிக்கிறது" என்றான் அனந்தயன். ஆனால் தான் எதையோ பறிகொடுத்து இருப்பது போல் அவன் மனம் கலங்கி இருந்தது. ஆனாலும் அதனை அவளிடம் வெளிக்காட்டவில்லை.

"உண்மையிலேயே கடவுள் இருப்பது நிஜம் என்றால், என்னிடம் இருந்து எல்லாவற்றையும் பறித்து விட்டார். நான் எனக்கெண்டு விரும்பினது இந்த ஒன்றைத்தான், இதையாவது எனக்குத் தருவார் என்று நினைக்கின்றேன்" என்றாள் இந்துஜா.

"உன்னுடைய இந்த அன்பான மனதுக்கு நிச்சயம் உன் விருப்பம் நிறைவேறும். ஆனால் எனக்கு இருக்கும் பெரிய சந்தேகம் என்னவென்றால், நீ நினைப்பது போல் அவன் வருவான் என்று வைத்துக் கொள்வோம். அப்படி வந்தவன் உன்னை மட்டுமல்லாமல் திவ்வியாவையும் ஏற்றுக் கொள்ள வேண்டுமே அது முடியுமா?" என்றான் அவன்.

"சரி உன்னிடம் இந்தக் கேள்வியைக் கேட்கிறேன். நீயே அவனாக இருந்தால் ஏற்றுக் கொள்வாயா?" என்றாள் சட்டென்று இந்துஜா. இந்தக் கேள்வியை அவளிடம் இருந்து எதிர்பார்த்திராத அனந்தயன் தடுமாறினான். இருந்தாலும் அந்தக் கேள்வி அவனை ஏதோ மிகுந்த சந்தோசப்படுத்தியது.

அடுத்த கணமே எந்த ஒரு தயக்கமுமில்லாமல் "நிச்சயமாக நான் ஏற்றுக் கொள்வேன். எனக்கு உன்னையும் பிடிக்கும். திவ்வியாவையும் பிடிக்கும்" என்றான் அனந்தயன். அப்படித்தானே என் திட்டமும் இருந்தது என மனதுக்குள் நினைத்துக்கொண்டான்.

அவனுடைய பதில் அவளை மிகவும் சந்தோசப்படுத்தியது. ஏதோ அந்த நேரத்தில் ஏன் இவனே, அவனாக இருந்திருக்கக் கூடாது? என்று தன்னுள்ளே நினைத்துக் கொண்டாள். தனக்கு ஒரு நல்ல நண்பன் இந்த அனந்தயன். அவனை இவ்வளவு நல்லதாகத் தந்த கடவுள், தான் காத்திருக்கும் அவனைக் கூட நிச்சயம் நல்லதாகவே தருவார். அவன் எனக்காக வருவான் அவனுடன் எனது புதிய வாழ்க்கையை ஆரம்பிக்கலாம் என்று தன்னைத் தானே தேற்றிக் கொண்டாள் இந்துஜா.

ஏனோ இன்று அவளுடைய மனதில் ஒரு பெரிய தடுமாற்றம். அனந்தயனைத் தனது அறிவு நண்பனாக

ஏற்றுக் கொண்டாலும் ஏதோ மனது மட்டும் அவனை அதையும் தாண்டி சிந்திக்க வைக்கிறதே, ஏன் இவ்வாறு என் மனதில் மாற்றம்? என் மேலேயும் என் திவ்வியா மேலேயும் இவ்வளவு அன்பாக இருக்கிறானே இவனை மாதிரி அவன் இருப்பானா? இல்லை இவன் தான் அவனை விட அன்பாக இருப்பானா? ஏன் என் மனம் இப்படி எல்லாம் தடுமாறுகின்றது எனத் தன்னைத் தானே கேட்டபடி இருந்தாள் இந்துஜா.

இந்துஜா நீண்ட நேரம் அமைதியாக இருந்ததைப் பார்த்த அனந்தயன் "ஏன் ஏதும் பிரச்சினையா?" என்றான்.

"இல்லை நிச்சயமாகச் சொல்லுகிறேன். அவனும் உன்னை மாதிரியே இருப்பான்" அந்த நம்பிக்கை இருக்கின்றது என்றாள் இந்துஜா.

தன்னுடைய ஏதோ ஒன்று இங்கு பறிபோவது போல் உணர்ந்த அனந்தயன் தன்னை ஆசுவாசப்படுத்த எண்ணி "சரி நான் கொஞ்சம் வெளியேபோக வேண்டும். போய் வந்து பிறகு அழைக்கிறேன்" என்றான். அவளும் "சரி" என்றபடி தொலைபேசியைத் துண்டித்தாள்.

தொலைபேசியை வைத்த அனந்தயனின் மனதில் மிகப் பெரிய பாரம் ஒன்றினைத் தாங்குவது போல் உணர்ந்தான். அவனை அறியாமலே கண்கலங்கினான். அப்போதுதான் இந்துஜாவைத் தான் ஆழமாகக் காதலிப்பதைப் புரிந்து கொண்டான். அவனால் ஒரு நிலையில் இருக்க முடியவில்லை.

தான் உணர்வு பூர்வமாக இந்துஜாவைக் காதலிப்பதை முதன் முதலில் திடமாக உணர்ந்தவன், நிச்சயம் அவளின் இன்றைய நிலையைப் பார்த்து இந்த முடிவுக்கு தான் வரவில்லை என்பதனையும் புரிந்து கொண்டான். அவனுடைய எண்ணங்களில் அவள் முழுமையாக

நிறைந்து காணப்பட்டாள். இவள் தனக்கு பொருத்தமானவள் என்று தனக்குத் தானே கூறிக் கொண்டவன் சற்று சுயநலமாக சிந்திக்க ஆரம்பித்தான்.

இந்துஜா கூறுபவன் வேறு ஒருத்தியைத் திருமணம் செய்து இருக்க வேண்டும். அதனை இவள் இப்போது அறிய வேண்டும். அப்படி நடக்குமா? அவன் யாராக இருக்கும்? என்று பலவாறு சிந்திக்கத் தொடங்கினான்.

மொட்டை மாடியில் இருந்து மிக நீண்ட நேரம் சிந்தித்துக் கொண்டிருந்தவனுக்கு மனதில் ஒரு பொறி தட்டியது. தன்னை அறியாமலே, "ஆம் ஆம்" என்றான் அனந்தயன். மொட்டை மாடியில் யாரும் இல்லை என்ற துணிவில் "இந்துஜா சொன்னவனைக் கண்டு பிடிக்கலாம்" என்று உரத்துச் சொன்னான்.

சட்டென்று தனது தொலைபேசியை எடுத்து பிரவீனிற்கு அழைப்பு செய்தான். அழைப்பு ஒலி போய்க் கொண்டிருந்தது. அவன் எடுக்கவில்லை. மீண்டும் மீண்டும் அழைப்புச் செய்தான். ஆனாலும் அவன் எடுப்பதாக இல்லை. அப்போதுதான் அவனுக்கு ஞாபகம் வந்தது, பிரவீன் கிரிக்கெட் விளையாட மைதானத்திற்குப் போயிருப்பானென்று. ஆர்வத்தின் மிகுதியால் சட்டென எழுந்து மைதானத்திற்குப் புறப்பட்டான் அனந்தயன்.

அனந்தயனுடன் கதைத்து விட்டு தொலைபேசியை நிறுத்திய இந்துஜா, தான் ஏதோ நிதானம் இழந்திருப்பதாக உணர்ந்தாள். ஏன் நான் அனந்தயனைப்பற்றிச் சிந்திக்கக் கூடாது? நான் அவனை ஒரு நல்ல நண்பனாகப் பார்க்கிறேன். ஆனால் அவனோ என் மீது அளவு கடந்த ஒரு அன்பினை வைத்திருக்கிறான் போலத் தெரிகின்றது. இல்லா விட்டால் நான் கேட்ட கேள்விக்கு சற்றும் யோசிக்காமல் இப்படி பதில் சொல்லி இருக்க மாட்டானே.

நான் இருக்கிறதை விட்டு விட்டு பறக்கிறதுக்கு ஆசைப்படுகிறேனா? ச்சே ஏன் நான் அவனிடம் இந்தக் கேள்வியைக் கேட்டேன்? இதை அவனிடம் கேட்டிருக்கக் கூடாது! அவனுடைய மனம் என்ன பாடு பட்டிருக்கும்? ஒரு வேளை அவன் என்னைக் காதலிக்க ஆரம்பித்து விட்டானா? அதுதான் கஸ்தூரியை வேண்டாம் என்றானா? ஐயோ என்னைச் சுற்றி என்ன நடக்கின்றது? இந்தக் காதலின் வலி, யாரை எல்லாம் பாதிக்கப் போகின்றதோ என்று மனதில் நினைத்தவாறே "கடவுளே!" என்றாள் அவளை அறியாமலேயே.

தன்னைச் சமாதானப்படுத்துவதற்காக "மீண்டும் ஒரு முறை பூப் போட்டுப் பார்ப்போம். இந்த முறை தவறாக வந்தது என்றால் அனந்தயன் என்னைக் காதலிக்கின்றான் என்று தெரிந்து கொண்டு அவனையே எனது வாழ்க்கையாகத் தெரிவு செய்வோம்" என்று நினைத்தாள் இந்துஜா. உடனே எழுந்து கை கால் கழுவி விட்டு சுவாமிப் படம் இருக்கின்ற இடத்திற்குச் சென்றாள், அது திவ்வியாவின் அறையில் இருந்து.

திவ்வியாவின் அறைக்குள் சுவாமிப் படங்கள் வைத்து இருந்த இடத்துக்குச் சென்றவள் அதன் கீழ் உள்ள அலுமாரியைத் திறந்து மஞ்சள் மற்றும் வெள்ளைப் பூக்களை எடுத்தாள். "மஞ்சள் வந்தால் அவன் வருவான், வெள்ளை என்றால் அவன் வரமாட்டான்" என்று நினைத்தபடி கண்களை மூடிக் கொண்டு இரண்டு கைகளிலும் அப்பூக்களை ஏந்திக் கொண்டு குலுக்கிப் போட்டாள். அதன்பின் கண்கள் மூடிய படியே தனது இஷ்ட கடவுள் முத்துமாரியம்மனை நினைத்தபடி, ஒரு பூவினைக் கையில் எடுத்தாள். கண்களைத் திறக்காமலேயே திடீர் என்று அவள் மனம் ஏதோ இந்த முறை வெள்ளை நிறம் வர வேண்டும் என்று சொன்னது,

உதடுகளும் அசைந்து 'வெள்ளை நிறத்தை தா தாயே!' என்றது.

கண்களைத் திறந்து கொண்டு பார்த்தாள். அவளுடைய முகம் கறுத்துக் கொண்டது. முன்பெல்லாம் வழமையாக மஞ்சள் நிறத்தைக் கண்டவுடன் படும் சந்தோசம் முழுமையாக அற்றுக் காணப்பட்டது. மீண்டும் மஞ்சள். ஆகவே கடவுள் என்னிடம் பலமாக ஒரு விடயத்தை சொல்லவருகிறார் என்று தனது மனதினுள்ளே நினைத்துக் கொண்டாள். அவன் வருவான் என்று மீண்டும் நம்ப ஆரம்பித்தாள். அனந்தயன் என் நண்பனே. இதைத்தான் என் முத்துமாரி அம்மனும் விரும்புகின்றார் என்று தன் மனதில் நினைத்தபடி தன்னைத்தானே தேற்றிக்கொண்டாள்.

அவ்வாறே திரும்பி திவ்வியாவின் கட்டிலைப் பார்த்தாள். அவளுடைய பார்வை அந்த அன்றியா திவ்யாவுக்குக் கொடுத்த படத்தில் நின்றது. திவ்வியாதான் என்னுடைய சந்தோசம். அவளுடன் இதைப்பற்றிக் கதைக்க வேண்டும். அவள் இப்போ சின்னப் பிள்ளை இல்லை. அவளுக்கு எல்லாம் விளங்குகின்றது. இங்கு படிப்பும் அப்படித்தானே என்று மனதுக்குள்ளே நினைத்துக் கொண்டாள்.

மைதானத்தில் விளையாடிக் கொண்டிருந்த பிரவீனை அழைத்தான் அனந்தயன்.

"டேய் என்ன கனகாலத்திற்குப் பிறகு இந்தப்பக்கம். வாடா விளையாடுவோம்" என்று மைதானத்தில் இருந்தவாறே கத்தினான் பிரவீன்.

உடனே அவனுடைய எல்லா நண்பர்களும் சேர்ந்து "டேய் மச்சான் அனந்தயன் வாடா கடைசி இரண்டு ஓவர்கள் தான் இருக்கு வந்து ∴பீல்டிங் செய் உடம்புக்கு நல்லது" என்று கத்தி அழைத்தார்கள்.

நண்பர்கள் கேட்பதைத் மறுக்க முடியாமல் மைதானத்தில் இறங்கி ∴பீல்டிங் செய்தான் அனந்தயன். அவனுக்கு அருகில் வந்த பிரவீன் "டேய் என்னடா விடயம்" என்றான்.

"போடா நீயும் உன் கிரிக்கெட்டும். உன்னோடு முக்கியமான விடயம் பேச வந்தால் நீ என்னை இங்கு இழுத்துப் போட்டுள்ளாய். பொறு முடியயட்டும் தருகிறேன்" என்றான்.

"சரி கூல் மச்சான், சொல் இப்போ என்ன விடயம்" என்றான். அப்போது பிரவீனை நோக்கி பந்து வந்தது. அதனைப் பிடிக்க ஓடிப் போனவன் தட்டுத்தடுமாறி விழ, அந்தப் பந்தினைப் பாய்ந்து பிடித்தான் அனந்தயன். அவன் பிடித்த பந்து இறுதி ஆட்டமிழப்பு ஆனது. அது மட்டுமல்லாமல் அந்த அணிக்கு வெற்றியையும் தேடித்தந்தது. அந்த மைதானத்தில் ஐந்து நிமிடத்திலேயே கதாநாயகன் ஆகிவிட்டான் நம்ம அனந்தயன். அந்த வெற்றி ஆரவாரம் எல்லாம் முடிந்து தனது காருக்குத் திரும்பினான் அனந்தயன், அவனுடன் வந்து காருக்குள் ஏறினான் பிரவீன்.

காருக்குள் ஏறிய பிரவீன் "என்னடா ஏன் பதற்றம் ஆக இருக்கிறாய்?" என்றான் அனந்தயனைப் பார்த்து.

"உண்மைதான் ஒரு விடயம் பற்றி உன்னிடம் தெரிந்து கொள்ள வேண்டும்" என்றான் அனந்தயன். சற்று ஆச்சரியத்துடன் "என்னடா என்னிடம் இருந்து, அலுவலகத்தில் ஏதாவது பிரச்சினையா?" என்றான் பிரவீன்.

"இல்லை இது அலுவலகப் பிரச்சினை இல்லை. உனக்கு ஞாபகம் இருக்கா சண்டையின் இறுதிக்கட்டத்தில், வன்னியில் இருந்து சனங்கள் வரும் போது நாங்கள்

எல்லோரும் தொண்டர்களாக வவுனியாவில் இருந்து வேலை செய்து கொண்டிருந்தோம் தானே. அப்போ தொண்டர்களாக இருந்த எல்லோரையும் குழுப்படம் எடுத்தோம் தானே?" என்றான் அனந்தயன் படபடப்புடனேயே.

ஓம் என்றது போல் தலையை அசைத்தான் பிரவீன் ஒன்றும் விளங்காமல்.

"ஆம் ஆம், அந்த புகைப்படம் உன்னுடைய மடிக்கணினியில் இருக்கா? போன மாதம் கூட எனக்கு நீ காட்டினாய்" என்றான் அனந்தயன்.

மீண்டும் ஆம் என்று தலையை ஆட்டியபடி "அது எதற்கு இப்போ?" என்றான் பிரவீன் ஆச்சரியத்துடன் அனந்தயனைப்பார்த்து.

"இல்லயடா, நான் ஒருவனை அடையாளம் காணவேண்டும்" என்றான் அனந்தயன்.

"அடையாளம் காணவேண்டுமா யாரை?" என்றான் பிரவீன்.

"இல்லை மச்சான்" என்று ஆரம்பித்து இந்துஜாவிடம், தான் கதைத்த விடயங்களையும் அவள் சொன்ன விடயங்களையும் கூறினான் அனந்தயன்.

"போடா நீயும் உன் காதலும். அவளே இல்லை என்று ஆகிவிட்ட பிறகு எதற்காக அவசரப்பட்டு நீ அவனைத் தேடுகிறாய்" என்றான் கோபத்துடன் பிரவீன்.

"இல்லை உன்னுடைய பாணியில் சொன்னால் நான் அவசரப்படுவது எனக்காகத்தான். ஒரு வேளை அவள் மனதில் இருப்பவன் இப்போது கல்யாணம் ஆகி இருப்பான் என்றால் நிச்சயம் அவள் மனம் மாறும். அது மட்டுமல்ல அவளுக்கு என்னையும் நிறையவே பிடிக்கும்" என்றான் அனந்தயன்.

"ஆனால் என்னவோ நீ இந்தக் காதலுக்கு முக்கியத்துவம் கொடுப்பது சரியென்று எனக்குப்படவில்லை. இதில் பிரச்சினைகள் இருக்கிறது. உன் அம்மா அப்பா இதற்குச் சம்மதிக்கமாட்டார்கள். இவளை விட கஸ்தூரிதான் உனக்குச் சரியான தெரிவு" என்றான் பிரவீன்.

"இல்லையடா கஸ்தூரி எனது நண்பிதான். ஆனால் எனக்கு என்னவோ உணர்வு பூர்வமாக இந்தக் காதலில் ஒரு நம்பிக்கை இருக்கு" என்றான் அனந்தயன்.

"என்னடா இவளைக் காதலிப்பதாகவே முடிவு எடுத்து விட்டாயா? அப்படியென்றால் இவளும் உன் நண்பிதானே? எப்படி நீ அவளைக் காதலியாக ஏற்றுக் கொள்ள முடியும்? இதைத்தானே கஸ்தூரியிடமும் சொன்னாய்" என்றான் பிரவீன்.

"நீ சொல்வது உண்மைதான். ஆனால் கஸ்தூரியிடம் இருக்கின்ற நட்பு முறை வேறு. இந்துஜாவிடம் இருக்கின்ற நட்பு முறை வேறு. இரண்டையும் ஒன்றாகப் பார்க்க முடியாது. இந்துஜாவுடன் ஒரு பழக்கம் ஏற்பட்டது ஆனால் அது நட்பாக மாறி வளர முன் ஏனோ அவள் மேல் உணர்வு ரீதியான காதல் வந்துவிட்டது. இதை நான் மறுத்தாலும் இது தான் உண்மை" என்றான் அனந்தயன்.

இதனை அனந்தயன் சொல்லிக் கொண்டு இருக்கும் போதே "டேய் மச்சான் எனக்கு இப்போது ஒரு விடயம் ஞாபகம் வருகிறது" என்றான் பிரவீன்.

"என்னடா? என்னடா?" என்றான் அவசரப்பட்டபடி அனந்தயன்.

"ஞாபகம் இருக்கா? அன்றைக்கு அநேகமான தொண்டர்களாக இருந்த இளைஞர்கள் தங்களுடைய சட்டை (மேற் சட்டை) களை வந்தவர்களுக்குக்

கொடுத்தார்கள்" என்று பிரவீன் சொல்ல, அதை யோசித்தபடியே அப்படியா என இழுத்தான் அனந்தயன்.

"போ நீ மறந்துட்டாய். நான் கூட எனது சட்டையைக் (மேற் சட்டை) கழட்டிக் கொடுத்தேன். நம்முடைய குழுவில் இருந்தவர்கள் எல்லோரும் கொடுத்தோம். ஏன் நீ கூட உன்னுடைய சட்டையை (மேற் சட்டை) கழட்டிக் கொடுத்தாயே ஞாபகம் இருக்கிறதா?" என்றான் பிரவீன்.

"இல்லையடா ஞாபகத்துக்கு வரவில்லை" என்ற அனந்தயன் ஆர்வத்தின் மிகுதியால் "அன்று நான் நீல நிறத்தில் சட்டையை (மேற் சட்டை) அணிந்திருந்தேனா?" என்றான்.

"அப்படி எனக்கு ஞாபகத்தில் இல்லை. நீ ஒரு வெள்ளை நிறச் சட்டை (மேற் சட்டை) போட்டிருந்த ஞாபகம் இருக்கிறது" என்றான் பிரவீன்.

'ஓ அப்படியா யார் நீல நிறத்தில் போட்டிருந்தார்கள்?" என்றான் அனந்தயன். 'இல்லை, அப்படி எனக்குச் சரியாகத் தெரியவில்லை. கவலையை விடு நாளைக்கு எனது மடிக்கணினியில் பார்ப்போம்" என்றான் பிரவீன்.

"ஏன் நாளைக்கு இன்றைக்கே பார்ப்போம்" என்றான் அனந்தயன் ஆர்வத்தின் மிகுதியால்.

'இல்லை மச்சான் நான் வியாழக்கிழமை என்னுடைய மடிக்கணினியை அலுவலகத்தில் வைத்துவிட்டு வந்தேன். நாளைக்குத்தான் பார்க்க முடியும்" என்றான் பிரவீன்.

சிறு ஏமாற்றத்துடன் "ச்சே" என்று அலுத்துக் கொண்டான் அனந்தயன்.

"சரி உன்னை வீட்டில் விடவா?" என்றான் பிரவீனைப் பார்த்து.

"இல்லை மச்சான் பொடியளோடு கொஞ்சம் கதைத்துவிட்டு ஒரு தம்மப் போட்டுவிட்டு வீட்டுக்கு போகிறேன். நீயும் கன நாளைக்குப் பிறகு வந்திருக்கிறாய். வாடா பொடியளோடு அரட்டை அடித்திட்டுப் போகலாம். நேரம் போனது மாதிரியும் இருக்கும்" என்றான் பிரவீன். இந்துஜா தொலைபேசியில் அழைப்பாள் என்பதை மனதில் நினைத்துக்கொண்டு "இல்லை எனக்கு வேலை இருக்கிறது" என்று சொல்லியபடியே வீட்டை நோக்கிப் புறப்பட காரை இயக்கினான் அனந்தயன்.

அனந்தயனின் இந்தத் தடுமாற்றத்தினைப் பார்த்த பிரவீன், இவன் முன்னர் இப்படி இல்லையே! பயப்புள்ள தீவிரமாகத்தான் காதலிக்கிறான் போல, பாவம் எல்லாம் சரி வர வேண்டும் என்று மனதில் நினைத்துக் கொண்டான்.

திங்கட்கிழமை காலையில் தனது வேலையில் இருந்து பாதியில் புறப்பட்ட இந்துஜா வேகமாகத் திவ்வியாவின் பாடசாலைக்குச் சென்று கொண்டிருந்தாள். என்ன நடந்திருக்கும் இப்படி ஒரு நாளும் பாடசாலை ஆசிரியர் என்னை அவசரமாகக் கூப்பிட்டதில்லையே திவ்வியாவிற்கும் ஒன்றும் இல்லை. அவள் நூலகத்தில் இருக்கிறாள் என்றாரே ஆசிரியர், ஆனால் என்னுடன் அவசரமாக கதைக்கவேண்டும் என்று சொன்னாரே, உண்மையில் என்ன பிரச்சினை, இந்தச் சுட்டி ஏதாவது குழப்படி செய்துவிட்டாளா? அப்படி அவள் செய்ய மாட்டாள். அவள் சுட்டி என்றாலும் மிகவும் பொறுப்பானவள், அப்படித்தானே நான் அவளை வளர்க்கிறேன். அப்போ ஏன் ஆசிரியர் உடனே வரச் சொன்னார்? என்று அவளுடைய மனம் பல கேள்விகளால் குழம்பிய வண்ணம் புகையிரதத்தில் பாடசாலையை நோக்கிச் சென்று கொண்டிருந்தாள்.

அலுவலகத்தில் பிரவீனிற்காகக் காத்துக் கொண்டிருந்தான் அனந்தயன். ஆனால் காலையில் நேராகவே வாடிக்கையாளர்களைப் பார்க்கச் சென்றிருந்த பிரவீன் இன்னும் அலுவலகத்திற்குத் திரும்பவில்லை. அவனுடைய வருகைக்காகக் காத்துக் கொண்டிருந்த அனந்தயன் பொறுமை இழந்தவனாய் பலமுறை பிரவீனிற்கு அழைப்புச் செய்து விட்டான். அவனும் அதற்கு மீண்டும் மீண்டும் வருகிறேன் என்று கூறிக் கூறிக் களைத்துவிட்டான்.

ஒருவாறு பிரவீன் வருவதை கண்காணிப்புத் தொலைக்காட்சி மூலம் கண்டு கொண்ட அனந்தயன், வேகமாக அவனுடைய வேலை செய்யும் அறையை நோக்கிச் சென்றான். "என்னடா இவ்வளவு அவசரப்படுகிறாய்?, அந்த வாடிக்கையாளர் நமக்கு இருக்கிறதும் ஒன்றுதான் இல்லாமல் இருக்கிறதும் ஒன்றுதான். அறு அறு என்று அறுத்துவிட்டான்" என்றபடி அவனுடைய வேலை செய்யும் அறையில் இருந்த மடிக்கணனியை இயக்கினான்.

சிந்தித்தபடியே புகையிரதத்தில் சென்று கொண்டிருந்த இந்துஜாவைத் திரும்பிப் பார்க்க வைத்தது அவளுடைய தொலைபேசி ஒலி. வேகமாகத் தனது காதில் மாட்டிக் கதைப்பதற்குப் பயன்படும் கருவியை எடுத்து காதில் கொழுவியபடி "ஹலோ லொரேன்" என்றாள். "நீங்கள் வந்து கொண்டிருக்கிறீர்களா?" என்றார் திவ்வியாவின் ஆசிரியர் லொரேன்.

"ஆம், நான் வந்து கொண்டிருக்கிறேன்" என்றாள் பதட்டமான குரலில். "ஏதாவது பிரச்சினையா லொரேன்;?" என்றாள் இந்துஜா.

"இல்லை இல்லை அப்படி ஒன்றும் பயப்படும்படி இல்லை. குடும்ப ஆலோசகரும் இங்குதான் இருக்கிறார்.

அதனால் தான் நீங்கள் எங்கே என்று பார்த்தோம்" என்றார் ஆசிரியர். 'முடிந்தால் அவசரமாக வாருங்கள்" என்றபடி அழைப்பினைத் துண்டித்துக்கொண்டார்.

'ஏன் குடும்ப ஆலோசகர் எனக்காகக் காத்திருக்கின்றார்?" என்று எண்ணியபடி அவள் பயணத்தைத் தொடர்ந்தாள்.

மடிக்கணினியினை இயக்கிய பிரவீன் வேகமாக அந்தப் படங்களை எடுத்தான். ஒரு குறிப்பிட்ட அடைவில் நிரம்பப் படங்கள் இருந்தன.

"இதெல்லாம் அந்தப் பத்து நாட்கள் எடுத்த படங்கள்" என்றபடி குழுப்படத்தினை எடுத்தான். அதனை இருவரும் நோட்டமிட்டனர். பிரவீன் சொன்னது சரிதான். அனந்தயன் ஒரு வெள்ளை நிறச் சட்டை (மேற் சட்டை) அணிந்திருந்தான். ஆனால் அந்தக் குழுப்படத்தில் யாரும் நீல நிறத்தில் சட்டை (மேற் சட்டை) அணிந்திருக்கவில்லை. இது அவர்களுக்குப் பெரிய ஏமாற்றத்தைத் தந்தது.

"ச்சீ" என்று அலுத்துக் கொண்டான் அனந்தயன்.

பிரவீன் அப்படியே அடுத்த படங்களைத் தட்டிக் கொண்டு போனான். ஒவ்வொருபடமாகப் பார்த்துக் கொண்டு போனவர்களின் கண்கள் அந்த ஒரு படத்தில் ஆச்சரியத்துடன் நிலைத்து நின்றது.

அதனைப் பார்த்த அனந்தயன் "ஆம் ஆம்" என்று முகமெல்லாம் மலர மகிழ்ச்சி தாங்க முடியாமல் தன் கையை மேசையில் அடித்தான்.

"இப்போதுதான் எனக்கு எல்லாமே ஞாபகத்திற்கு வருகின்றது" என்று மகிழ்ச்சியில் துள்ளிக் குதித்தான் அனந்தயன். அவனுடைய சந்தோசத்திற்கு அளவேயில்லை என்பதனைப் பிரவீன் அறிவான். அனந்தயனுடைய மகிழ்ச்சிக் கொண்டாட்டங்களை இரசித்தான் அவன்.

அந்தப் படத்தில் அனந்தயனே அந்த நீல நிறச் சட்டையைப் (மேற் சட்டை) போட்டிருந்தான்.

"மச்சான் ஞாபகம் இல்லையா நான்தான் என்னுடைய சட்டையைக் (மேற் சட்டை) கழட்டி கைக்குழந்தையோடு வந்த ஒரு பெண்ணுக்குப் போர்த்திவிட்டேன். அதற்குப் பிறகு ஞாபகம் இருக்கிறதா நீயும் நானும் போய் சாப்பாடும் கொடுத்தோம். அந்தப் பெண் தான் இந்த இந்துஜா" என்றான் அனந்தயன் சந்தோசத்தின் உச்சியில் இருந்தபடி.

"ஆம், ஞாபகம் இருக்கிறது. காத்திரு அவளுடைய புகைப்படம் என்னிடம் இருக்கிறது நான் தருகிறேன்" என்ற பிரவீன் வேகமாக அந்த அடைவில் இருந்த புகைப்படங்களைத் தேடி ஒரு படத்தினை எடுத்தான். அதில் அவளுடைய முகம் சற்றுத் தெரிந்தது. அதில் அவள் அனந்தயன் கொடுத்த சட்டை (மேற் சட்டை) உடன் காணப்பட்டாள்.

"இது போதும், இன்று தான் என் வாழ்க்கையின் உண்மையான சந்தோசத்தை அனுபவிக்கிறேன்." என்றபடி அந்தப் புகைப்படத்தினைத் தன்னுடைய தொலைபேசிக்கு அனுப்பச் சொன்னான் அனந்தயன்.

"சரி இந்த இரண்டு புகைப்படங்களையும் அனுப்பி வைக்கிறேன்" என்றான் பிரவீன்.

தனது வேலை செய்யும் அறைக்குப் போன அனந்தயன் ஆர்வத்தின் மிகுதியால் "வேலைப்பழுவா?" என்று செய்தி அனுப்பினான் இந்துஜாவிற்கு.

உடனே "ஆம், சற்று வேலைப்பழுவாக இருக்கிறது. பிறகு உங்களுடன் கதைக்கிறேன்" என்று பதில் வந்தது.

இந்தப் பதிலைப் பார்த்ததும் சிறிது கவலையுடன் சரி மாலையில் பேசுவோம் என்று காத்திருந்தான். இப்பொழுது அவனுடைய பார்வையெல்லாம் இந்துஜாவின் படத்திலேயே

இருந்தது. தனது சந்தோசத்தினைக் கட்டுப்படுத்த முடியாமல் இருந்த அனந்தயன் தனது வேலை அறைக்குள் இருக்க முடியாதவனாய் மீண்டும் எழுந்து பிரவீனின் வேலை அறையை நோக்கிச் சென்றான்.

பிரவீன் தீவிரமாக ஏதோ எட்வேர்ட் ஐயாவுடன் அவருடைய வேலை செய்யும் அறையில் கதைத்துக்கொண்டிருந்தான். சரி அப்படி என்ன தான் கதைக்கின்றான் என்று செவிமடுத்தான் வெளியில் நின்றபடியே அனந்தயன்.

பிரவீன்: ஐயா நான் நேராகவே உங்களுடன் கதைக்கிறேன். எனக்குத் தெரியும் இப்போது கம்பனியுடைய பொருளாதார நிலைமை அவ்வளவு சரியில்லை என்று, ஆனால் நான் என்ன செய்வது மூன்று மிகப் பெரிய கம்பனியாளர்கள் என்னைப் பின் தொடர்கிறார்கள். அதனால் நீங்கள் இங்கு சம்பளத்தைக் கூட்டித்தந்தால் நான் உறுதியாக முடிவெடுக்க முடியும்.

எட்வேர்ட்

ஐயா: அது எப்படி நான் முடிவெடுக்க முடியும். உயர்மட்ட நிர்வாகம் தான் முடிவெடுக்க வேண்டும்.

பிரவீன்: அது உங்களைப் பொறுத்தது, தெரியும் தானே நான் ஒரு நேர்ப்போக்கான ஆள்; என்று.

அவன் அப்படிச் சொன்னதும் தன்னுடைய கண்ணாடியைத் தூக்கி விட்டபடி சற்று நேரம் சிந்தித்தார் எட்வேர்ட் ஐயா. பின்னர் ஒரு முடிவுக்கு வந்தார்.

எட்வேர்ட்

ஐயா: சரி நான் ஒரு 10% சம்பள அதிகரிப்புக்கு பரிந்துரைக் கிறேன். அவ்வளவுதான் இப்போ இங்கே தரமுடியும்.

பிரவீன்: மிகவும் நல்லது ஐயா நன்றி.

எட்வேர்ட் ஐயா தனது வேண்டுகோளை அவருடைய புத்தகத்தில் பதிவு செய்து கையொப்பம் இட்டவுடன் புறப்பட ஆயத்தமான பிரவீனிடம்,

எட்வேர்ட்

ஐயா: அது சரி, அப்படி எந்த மூன்று கம்பனிகள் உன் பின்னால் திரிகின்றன?

பிரவீன்: அது வந்து ஐயா...... என்னுடைய கார் குத்தகைக் கம்பனி, என்னுடைய கடன் அட்டைக் கம்பனி மற்றது வேறு என்ன இந்த தொலைபேசி கம்பனிகாரர்களும் தான்......

"ஆ" என வாயைப் பிளந்தபடி இருந்தார் எட்வேர்ட் ஐயா, அந்த நேரத்தில் அவருடைய வேலை செய்யும் அறையில் இருந்து தனது வேலை செய்யும் அறைக்குப் போய்க்கொண்டிருந்தான் பிரவீன்.

இவ்வளவு நேரமும் இந்தச் சம்பாஷணையைச் சிரித்தபடி கேட்டுக் கொண்டிருந்த அனந்தயன், பிரவீன் "எப்போதும் வேடிக்கையான ஒருவன்" என்று மனதுக்குள் நினைத்தான். இப்போது தனது மனம் இலகுவாக இருப்பதை உணர்ந்தவனாக பிரவீனின் வேலை செய்யும் அறைக்குப் போகாமல் மீண்டும் தனது வேலை அறைக்குத் திரும்பினான்.

பாடசாலையைச் சென்றடைந்த இந்துஜா வேகமாகத் திவ்வியாவுடைய ஆசிரியர் இருக்கும் அறையை நோக்கிச் சென்றாள். அவளுடைய மனம் ஏதோ படபடப்புடன் காணப்பட்டது. அந்த அறையில் ஆசிரியரும் குடும்ப ஆலோசகரும் இருந்தார்கள். ஆனால் திவ்வியா அந்த இடத்தில் இல்லை.

"ஆம் வாருங்கள், உட்காருங்கள்" என்றார் ஆசிரியர். ஒன்றும் புரியாதவளாய் உட்கார்ந்தாள் இந்துஜா.

"மன்னியுங்கள் இந்துஜா, இந்தச் சந்தர்ப்பத்தில் உங்களை தொந்தரவு செய்வதற்கு. உங்களுடைய குடும்ப நிலை எங்களுக்கு நன்றாகத் தெரியும். திவ்வியா உங்க மேல் வைத்துள்ள பாசமும், அவள் மேல் நீங்கள் வைச்சிருக்கின்ற பாசமும் எங்களுக்குத் தெரியும். அதனால் தான் இந்த விடயத்தில நாங்கள் கொஞ்சம் தீவிரமாக யோசித்துத் தான் உங்களைக் கூப்பிட்டோம்" என்றார் ஆசிரியர்.

அவர் பேசுவது என்னவென்றே விளங்காதவள் போல் இருந்தாள் இந்துஜா.

"திவ்வியா யாருடனும் கதைக்க மாட்டேன் என்று அடம்பிடித்துக் கொண்டு நூலகத்தில் உட்கார்ந்து இருக்கிறாள். நாங்களும் எங்களால் முடிந்ததைச் செய்து பார்த்து விட்டோம். ஆனால் அவளுடைய அடம்பிடிக்கும் தன்மை இன்னும் குறையவில்லை. அவளுடைய நடவடிக்கைகள் திடிர் என்று இன்று மிகவும் மாறி இருக்கின்றது. நீங்கள் போய்க் கதையுங்கள் அது தான் நல்லது" என்றார் ஆசிரியர்.

அவருடன் மேலும் கதைப்பதை விட திவ்வியாவிடம் போய் அவளைப் பார்ப்பதையே விரும்பிய இந்துஜா வேகமாக நூலகத்திற்குச் சென்றாள். அங்கு எதையோ வெறித்துப் பார்த்துக் கொண்டிருந்த திவ்வியாவின் அருகில் சென்றாள் இந்துஜா. அவள் இந்துஜாவும் தானும் ஒன்றாக இருந்து எடுத்த படங்களை ஐ பாட்டில் பார்த்துக் கொண்டிருந்தாள்.

ஒன்றும் தெளிவில்லாத நிலையில் "திவ்வியா செல்லம்! என்ன செய்கிறாய்?" என்றாள் இந்துஜா.

இந்துஜாவின் குரலைக் கேட்டதும் "இந்துஜாஅம்மா" என்று கத்தியபடி அவளை ஓடி வந்து கட்டிப் பிடித்து அழுதாள் திவ்வியா.

"என்ன நடந்தது செல்லம் ஏன் அழுகிறாய்?" என்றாள் இந்துஜா. திவ்வியாவை கட்டி அணைத்தபடி. "இல்லை அம்மா நீ எனக்கு வேணும்! நீ மட்டும் தான் எனக்கு வேணும்! வேறு யாரும் எங்களுக்கிடையில் வேண்டாம்" என்றாள் விம்மி விம்மி அழுதபடி.

இவளுக்கு என்ன நடந்தது என்று விளங்காமல் "ஏன்டா நீயும் நானும் மட்டும்தானே இருக்கிறோம். நீதான் எனக்குச் செல்லம், நான் தான் உனக்குச் செல்லம். உனக்கு யாரும் வேறு ஏதாவது சொன்னார்களா?" என்றாள் திவ்வியாவைப் பார்த்து. ஆனால் அதற்கு அவள் பதில் ஏதும் சொல்லவில்லை,

ஆனால் இப்போது அவள் ஒரளவு சரியான நிலைமையில் இருக்கின்றாள் என்பதைப் புரிந்து கொண்ட இந்துஜா தான் கொண்டு வந்த இனிப்பு சிற்றுண்டியையும் அவளிடம் கொடுத்து சாப்பிடச் சொல்லி அவளை தூக்கிக் கொண்டு மீண்டும் அந்த ஆசிரியரின் அறையை நோக்கிச் சென்றாள்.

அந்த அறைக்குள் செல்லும் முன் திவ்வியாவை விளையாடும் இடத்தில் விட்டு விட்டு "இதில் இருந்து விளையாடிக் கொண்டிரு நான் ஆசிரியருடன் கதைத்துவிட்டு வருகிறேன்" என்றாள். திவ்வியாவும் இனிப்புச் சிற்றுண்டியைச் சாப்பிட்டபடி தலை அசைத்து ஆமோதித்தாள்.

ஆசிரியரின் அறைக்குச் சென்று அமர்ந்தாள் இந்துஜா.

"இப்ப எப்படி திவ்வியா?" என்றார் ஆசிரியர்.

'இப்போ அவள் சரி. ஏன் என்ன நடந்தது?" என்றாள் இந்துஜா.

'அது வந்து திவ்வியாவும் அன்றியாவும் நண்பர்கள் தானே. உங்களுக்கு தெரியும்தானே அன்றியாவின் அப்பா அவளுடைய அம்மாவுடன் இல்லை. அவளுடைய அம்மா அவருடைய இரண்டாவது கணவருடன் தான் இருக்கிறார். அந்த நபர் அன்றியாவை சரியாகப் பார்த்துக் கொள்வதில்லை. ஏன் அன்றியாவுடைய அம்மாவையும் அவளுடன் பாசமாக இருக்க விடுவதும் இல்லை.

அதனைக் கேட்ட இந்துஜா "அப்படியா? ஆனால் அன்றியாவின் அம்மா இந்தப் பிரச்சினையை வெளியில் காட்டுவதில்லையே அன்றியாவும் நன்றாகத்தானே இருந்தாள்" என்றாள்.

"ஆம் இந்துஜா, அவளுடைய அம்மா அவளை நன்றாக வைத்திருப்பதற்கு மிகவும் கஷ்டப்படுகிறார். ஆனாலும் பல சந்தர்ப்பங்களில் பாடசாலையில் அன்றியா மிகவும் வித்தியாசமாக நடந்திருக்கிறாள். இன்றைக்கும் அவள் மிகவும் மோசமாக நடந்தது மாத்திரம் இல்லாமல் அவளுடைய பிரச்சினையை அவளுக்குத் தெரிந்த முறையில திவ்யாவிடம் அழுது சொல்லியிருக்கின்றாள்.

அதனால் திவ்வியா திடீர் என்று மிகவும் வித்தியாசமாக நடக்க ஆரம்பித்துவிட்டாள். நாங்கள் ஏனென்று திவ்வியாவிடம் விசாரித்தோம். அதற்கு அவளுடைய மாமி சொன்னாவாம் "உங்களுடைய அம்மா கல்யாணம் செய்ய வேண்டும். உனக்கு ஒரு புது அப்பா வருவார், அவருடன் நீ நல்லாகப் பழக வேண்டுமென.." அன்றியா அவளுடைய பிரச்சினையைச் சொன்னவுடன் தனக்கும் அப்படி நடக்கும் என்று பயந்துவிட்;டாள் போல" என்றார் ஆசிரியர்.

இதனை ஆச்சரியத்துடன் கேட்டுக் கொண்டிருந்தவள் "இல்லை லொறேன் அப்படி ஒரு விடயமும் எங்கள் வீட்டில் கதைக்கப்படவில்லை. நான் அப்படி அவளிடம் எதுவும் சொல்லவும் இல்லை. ஆனால் ஏன் மாமி அவ்வாறு சொன்னார் என்று எனக்குத் தெரியவில்லை" என்றாள் இந்துஜா.

"நீங்கள் திருமணம் செய்வது ஒரு தேவைதான். ஆனால் திவ்வியாவும் கொஞ்சம் வளர்ந்துள்ள படியால் அவளிடம் இதனைப் பக்குவமாக எடுத்துச் சொல்லி அவளுக்குப் புரியவைத்துச் செய்வதுதான் நல்லது. ஏனெனில் சின்ன வயதிலே அவளுடைய மனம் பாதிப்படைந்தால் அது பின்னர் மிகவும் பாரதூரமான முடிவுக்கு வழிவகுக்கும்" என்றார் அந்த ஆலோசகர்.

இதனைப் பொறுமையாகக் கேட்டுக் கொண்டிருந்த இந்துஜா "நீங்கள் சொல்வதும் சரிதான், நிச்சயமாக என்னுடைய வாழ்க்கையில் எல்லாவற்றையும் விட திவ்வியா தான் முக்கியம். என்னுடைய கடந்த கால வாழ்க்கையைப் பற்றி உங்களுக்கே நன்றாகத் தெரியும். இப்போ என்னிடம் மிஞ்சி இருக்கும் ஒரே ஒரு சொத்து, சொந்தம் எல்லாமே என்னுடைய திவ்வியா தான். அவளை நிச்சயம் மனம் கலங்க விடமாட்டேன். அவளைத் தாண்டிய உறவு என்று ஒன்றும் எனக்குத் தேவையில்லை. அப்படி ஒரு நிலைமை என் வாழ்க்கையில் வர இடம் கொடுக்க மாட்டேன்" என்று சற்று உணர்ச்சிவசப்பட்டு இந்துஜா சொல்லிக் கொண்டிருந்தாள்.

அவளுடைய நிலையைக் கவனித்த ஆலோசகர் "உங்களுடைய மனநிலை எங்களுக்கு விளங்குகின்றது. இந்துஜா, நீங்கள் திவ்வியாவின் மேல் வைத்துள்ள பாசம் அளவுக்கு அதிகமானதுதான் அதே நேரம் யதார்த்தம் ஒன்றும் இருக்கு. உங்களுடைய நிலையும் மிகவும்

முக்கியம். நீங்கள் வாழ்வது மேலைத்தேய சூழலில். சரியான முடிவைச் சரியான நேரத்தில் எடுக்க வேண்டும். அதனை நீங்கள் எடுப்பது அவளுக்கும் நல்லதாக அமையும். அவளுடைய மனநிலையைப் பொறுத்து உங்களுடைய செயற்பாடுகளை நகர்த்தினால் எல்லாம் நன்மை தரும். எதனையும் சிறிது தாமதித்துச் சிந்தித்து முடிவுகளை எடுங்கள். உங்களுடைய வாழ்க்கையும் சுகமாக அமையும். அதற்கு என்னுடைய வாழ்த்துக்கள்" என்று கூறி முடித்தார்.

"நிச்சயமாக" என்றபடி அவர்களிடம் இருந்து விடைபெற்று திவ்வியா இருக்கும் இடத்திற்கு சென்றாள் இந்துஜா.

திவ்வியா எந்தக் கவலையும் இன்றி தனது நண்பி அன்றியாவுடன் விளையாடிக் கொண்டிருந்தாள். அன்றியாவைப் பார்த்த இந்துஜா அவளுடைய நிலையைக் கண்டு மிக வருத்தம் அடைந்தாள். இப்போது தனது மனதில் ஒரு விடயத்தைத் திடப்படுத்தினாள் இந்துஜா.

தன்னை அறியாமலேயே ஓடிப்போய் திவ்வியாவை முத்தமிட்டபடி "நான் உன்னுடைய அம்மா மட்டுமல்ல அப்பாவும் உனக்கு நான்தான். அதுதானே உனக்கும் பிடிக்கும்" என்றாள். திவ்வியாவும் அவளைக் கட்டிப்பிடித்து முத்தமிட்டபடி "ஓம் இந்துஜாஅம்மா" என்றாள்.

அந்த நேரத்தில் இந்துஜாவின் ஒருகை அருகில் இருந்த அன்றியாவின் தலையைத் தடவிக் கொண்டு இருந்தது. இருவருக்கும் தனது கைப் பையில் இருந்து இனிப்புப் பண்டங்களை எடுத்துக் கொடுத்து விட்டு "பாடசாலை முடிந்ததும் பாடசாலை வாகனத்தில் சமத்தாக வரவேண்டும் சரியா திவ்வியா" என்றாள். "இந்துஜா அம்மா பிள்ளைக்காகக் காத்துக் கொண்டு

இருப்பேன். நீ வந்ததும் இரண்டு பேரும் சேர்ந்து கடைப்பக்கம் போகலாம் சரியா" என்றாள் இந்துஜா.

சிரித்த முகத்துடன் "சரி" என்றபடி தூர இருப்பவர்கள் முத்தத்தினை பரிமாறிக்கொள்ளும் முறையில் முத்தம் கொடுத்துவிட்டு கையசைத்து போய் வருகிறேன் என்றாள் திவ்வியா. தனது மனதில் எடுத்த தீர்மானத்துடன் வீடு நோக்கிப் புறப்பட்டாள் இந்துஜா. புகையிரதத்தில் சென்று கொண்டிருந்த இந்துஜா திடீர் என்று அனந்தயனுக்கு வைபர் இல் அழைப்பு செய்தாள். அவளுடைய அழைப்பிற்காக காத்திருந்த அனந்தயன் தன்னுடைய வேலைகளை அப்படியே விட்டு விட்டு "ஹலோ இந்து" என்றான் உற்சாகமான குரலில்.

"ஹலோ எப்படி இருக்கிறீர்கள்?" என்றாள் இந்துஜா. ஆனால் அவளுடைய குரலில் பெரிய ஒரு மாற்றத்தை அவதானித்த அனந்தயன், "இந்து ஏதாவது பிரச்சினையா?" என்றான் சற்றுப் பதட்டத்துடன்.

"இல்லை அப்படி ஒன்றும் இல்லை என் வாழ்க்கையில கல்யாணம் என்பதை முற்றாக இல்லாமல் செய்;துவிட்டேன். அது ஒன்றும் எனக்குத் தேவையில்ல. இனி எனது திவ்வியாவும் நானும் தான். எங்களது அந்தச் சின்ன உலகம் அதுவே எனக்கு உண்மையான சந்தோசம்" என்றாள் இந்துஜா.

நான் தான் அவளுடைய நீண்ட காலத் தேடல் என்று தெரிந்து கொண்ட அனந்தயனுக்கு அவளுடைய இந்தச் சொற்கள், அவனை முழுமையாக நிலை குலைய வைத்தது. தன்னுடைய சந்தோசங்கள் அத்தனையும் தவிடு பொடியானதை அவனால் உணர முடிந்தது. அவனுடைய வாயில் இருந்து சொற்கள் வரத் தடுமாறின. தன்னை ஒருவாறு ஒருநிலைப்படுத்தி "ஏன் இந்த முடிவு?

உங்களின் நீண்டகாலத் தேடல் வந்தாலும் இந்த முடிவா?" என்றான்.

"ஓம் நிச்சயமாக என்னுடைய சந்தோசங்களை விட என்னுடைய ஒரே ஒரு உறவாக என் கைகளில் எனக்காக எஞ்சி என் வாழ்க்கையை அர்த்தப்படுத்திய திவ்வியாவுக்காக வாழ்வதே உண்மையான சந்தோசம். இதற்கு மேல் நான் ஆசைப்படக்கூடாது அதுதான் உண்மை. அதனால் ஒரு வேளை அவன் வந்தாலும் என்னுடைய மனதில் நான் மாற்றத்தை ஏற்படுத்த மாட்டேன் என்றுதான் என் மனதில் இப்போது தோன்றுகிறது" என்றாள் இந்துஜா.

அவள் இதனைச் செல்லிக்கொண்டிருக்கும் போதே தன்னுடைய மனதினை யாரோ ஈட்டியால் ஓங்கிக் குத்துவது போல் உணர்ந்தான் அனந்தயன். அவனால் அதனைத் தாங்கிக் கொள்ள முடியவில்லை.

"ஏன் இப்படி ஒரு முடிவைத் திடீரென எடுத்தாய் இந்து?" என்றான் அனந்தயன் தன்னுடைய கவலை தோய்ந்த குரலில்.

"இந்தப் பிரச்சினையை இவ்வாறே விட்டு விடுவோம். நீங்கள் இப்போது என் நண்பன் இந்த உறவே போதும். கடவுள் எனக்கு நல்ல நண்பர்களைத் தந்திருக்கிறார். திவ்வியா எனது சொந்தம் இதுவே நல்ல வாழ்க்கை" என்று தன்னுடைய முடிவை மீண்டும் உறுதிப்படுத்தினாள்.

இந்தச் சந்தர்ப்பத்தில் நான் தான் அந்த நீண்டகாலத் தேடல் என்று சொன்னாலோ, அல்லது அந்தப் படங்களை அனுப்பினாலோ ஒருவேளை அவள் இந்த உறவைக்கூட துண்டிக்கலாம் என்று அனந்தயனுக்கு மனதில்பட்டது.

அவளுடன் தனது நட்பையாவது தொடர முடிவு எடுத்தான் அனந்தயன். அந்த நிஜங்களை மனதிலேயே மறைத்துக்கொண்டான்.

"சரி அனந்தயன், எனக்குக் கொஞ்சம் தலைவலியாக இருக்கிறது, நேரம் கிடைக்கும் போது உங்களுடன் கதைக்கிறேன், நல்ல அதிர்ஷ்டம் உண்டாகட்டும், போய் வருகிறேன்." என்றாள் இந்துஜா.

அவளுடைய சொற்களில் ஏதோ தன்னையும் தூரவைக்க விரும்புவதாக அவன் உணர்ந்து கொண்டான். இந்தத் தருணத்தில் அவளுடன் அதிகமாகப் பேசி, அவளுடைய மனதை மேலும் புண்படுத்த விருப்பமில்லாதவனாக, நல்ல மாலைப்பொழுதாகட்டும் என்று கூறி அவனே தனது தொலைபேசியைத் துண்டித்தான்.

தொலைபேசியை வைத்த இந்துஜாவின் கண்களிலிருந்து கண்ணீர் சிந்த ஆரம்பித்தது. ஏதோ ஒன்றைப் பறி கொடுத்தவள் போல் உணர்ந்தாள்.

அனந்தயனையும் தான் கொஞ்சம் தூரத்திலே வைத்திருக்க வேண்டும் அதுதான் அவனுக்கும் நல்லது தனக்கும் நல்லது என்று தனது மனதில் நினைத்துக் கொண்டாள்.

அப்படி நினைத்தவள், திடீரென்று தனது தொலைபேசியை எடுத்து "தயவு செய்து அடுத்த இரண்டு கிழமைகளுக்கு அழைப்பு அல்லது செய்தி அனுப்ப வேண்டாம். நான் திட்ட வேலை ஒன்றில் மும்முரமாக இருப்பேன், ஓய்வாக இருந்தால் நானே உங்களுக்கு அழைப்பு செய்கிறேன், மன்னித்துவிடு சென்று வருகிறேன்" என்று வைபர் இல் செய்தி அனுப்பினாள் அனந்தயனுக்கு.

அனுப்பியவள் கண்களில் கண்ணீர் சிந்த ஆரம்பித்தது. தான் செய்வது சரியா என்றுகூட அவளால் புரிந்துகொள்ள முடியவில்லை. தான் எதனையோ இழக்கின்றேன் அது

திவ்வியாவிற்காக என்று நினைத்து தன்னைத்தானே தேற்ற ஆரம்பித்தாள்.

அந்த செய்தியினைப் பார்த்ததும் அனந்தயன் முழுமையாக மனம் உடைந்து போனான். அவள் தன்னை வேண்டும் என்றே புறக்கணிக்க ஆரம்பித்து விட்டாள் என்று மனதுக்குப் பட்டது. இதற்குப் பதில் அனுப்ப வேண்டாம் என்று யோசித்தான். சரி விட்டுப் பிடிப்போம் என்று தன் மனதைத் திடப்படுத்தினான்.

அவனிடம் இருந்து எந்தப் பதிலும் வரவில்லை என்பதை அடிக்கடி தனது தொலைபேசியினைப் பார்த்து அறிந்து கொண்டாள் இந்துஜா. நிச்சயம் இந்தச் செய்தி அவனைக் கோபப்படுத்தி இருக்கும். அதுவும் நல்லதுதான் அப்படியே அவனுடைய தொடர்பு அற்றுப் போனால் எனது மனம் நடுநிலைப்படும் என்று தனக்குள்ளே நினைத்துக் கொண்டாள் இந்துஜா.

இவ்வாறே ஒரு வாரம் கழிந்தது. எந்தச் செய்தியும் இந்துஜாவிடம் இருந்து வரவில்லை. அனந்தயனின் மனம் மிகப்பெரிய ஏமாற்றத்துடன் காணப்பட்டது.

அதேவேளை, அனந்தயன் தனக்கு ஏதாவது செய்தி அனுப்பியிருப்பானா? என்று இந்துஜாவும் அடிக்கடி தனது தொலைபேசியினைப் பார்ப்பதை வழமையாகக் கொண்டிருந்தாள்.

இருவருக்குமே அந்த வாரம் ஏதோ பெரிய பாரத்தை மனதில் தாங்கியவாறு பயணிப்பதாக உணர்ந்தனர். ஆனால் ஏனோ தெரியவில்லை இந்த வாரத்தில் திவ்வியாவுடன் அதிக நேரத்தைச் செலவிட்டாள் இந்துஜா.

அந்தச் சட்டையை (மேற் சட்டை) எடுத்து தனது பழைய உடைகள் போடும் பெட்டிக்குள் வைத்துவிட்டாள் இந்துஜா.

தன்னை மறந்து பல தடவைகள் வைபர் இல் அனந்தயன் ஆன்லைனில் இருக்கின்றானா? என்று பார்ப்பாள். அதற்கு மேல் அவளுக்கு எதுவும் செய்யத் தோன்றவில்லை, தன்னைத்தானே கட்டுப்படுத்திக் கொண்டாள்.

தனது காரில் வாடிக்கையாளர் ஒருவரைச் சந்திப்பதற்காகச் சென்று கொண்டிருந்தான் அனந்தயன். அவனுடைய தொலைபேசி ஒலி கேட்டு அதனை எடுத்து காதில் வைத்தபடி "இலங்கைக்கு வரவேற்கின்றோம்" என்றான் ஒரு திட்ட விடயமாக இந்தியாவுக்குப் போய்த் திரும்பிய பிரவீனிற்கு.

"அது சரி, ஏதாவது செய்தி வந்ததா இந்துஜாவிடமிருந்து" என்றான் பிரவீன்.

"இல்லை அவள் முற்றாக என்னைப் புறக்கணித்து விட்டாள் போலத்தான் இருக்கு. அதுதான் அவளுக்கு நல்லதாகப்படுகிறது போல" என்றான் அனந்தயன் பதிலுக்கு.

"இல்லை, நீ முதலிலேயே அந்தப் படத்தை அனுப்பி இருக்க வேண்டும், அதுதான் சரியாக இருந்திருக்கும். ஆனால் நீ அதை அப்போ அனுப்பாமல் விட்டது பெரிய பிழை" என்றான் பிரவீன்.

"இல்லை இந்த விடயத்தில் நான் செய்ததுதான் சரி. இவ்வளவு குழம்பி மனவருத்தப்பட்டுக் கொண்டிருக்கும் இந்துஜாவுக்கு, அவள் தேடும் நபரும் நான் தான் என்று தெரிந்தால் அந்தச் சந்தர்ப்பத்தில் மிகவும் வேதனைப்பட்டிருப்பாள். அவள் தனக்கும் திவ்வியாவிற்கும் இடையில எந்த உறவையும் ஏற்றுக்கொள்ளும் மனநிலையில் இருக்கவில்லை."

"அவளுக்கு நீ ஒரு தடவையாவது செய்தி அனுப்பிப் பாத்திருக்கலாம், அவள்கூட ஒருவேளை நீ செய்தி

அனுப்புவாய் என்று யோசித்துக் கொண்டிருக்கலாம்" என்றான் பிரவீன்.

"இருக்கலாம், ஆனால் அவள் தனக்குத் திட்ட வேலை இருக்கிறது, தன்னைத் தொந்தரவு செய்ய வேண்டாம், தானே ஓய்வாக இருந்தால் அழைப்பு பண்ணுவேன்" என்று சொன்னாள். அப்படி இருக்கும் போது எப்படி செய்தி அனுப்புவது?

"நீ ரொம்ப நல்லவனாகவும், மற்றவர்கள் பற்றி யோசிப்பதாலும் தான் இப்பிடி இருக்கிறாய்" என்றான் பிரவீன். "ஐயோ!! அதைவிட இந்த கஸ்தூரியின் தொல்லை இந்த வாரம் முழுக்க அதிகமாக இருக்கிறது மச்சான்," என்றான் அனந்தயன்.

"ஏன்டா அவளுக்கு என்ன?" என்றான் பிரவீன்.

"ஓம், அவளுடைய வீட்டில மாப்பிள்ளை பார்க்கத் தொடங்கிவிட்டார்களாம். ஆனால் தன் வீட்டில் பார்க்கிற மாப்பிள்ளையை விட, தான் பழகி ஓம் என்ற மாப்பிள்ளையைத்தானாம் கட்டிக்கொள்வாளாம். அதனால் இப்போ என்னிடம் முடிவைக் கேட்டுக் கேட்டுக் கொல்லுகிறாள். அதுமட்டுமல்ல, அவளிடம் இந்த இந்துஜாவின் விடயத்தையும் இன்னும் சொல்லவில்லை. அதைச் சொல்லி இருந்தால் நிச்சயமாகத் தவறாகத்தான் நினைப்பாள்" என்றான் அனந்தயன்.

"டேய் மச்சான், எனக்கென்னவோ இப்பகூட கஸ்தூரிதான் உனக்குச் சரியான பொருத்தம் போலத் தெரிகிறது" என்றான் பிரவீன்.

"இல்லை நிச்சயமாகச் சொல்லுகிறேன், இவ்வளவு காலம் நான் கஸ்தூரியோடு நட்பாகப் பழகி இருக்கிறேன். அவளும் பல இடங்களுக்குச் சென்று இருப்பாள், என்னோடு பல நாட்கள் கதைக்காமலே இருந்திருப்பாள்

அப்போது எல்லாம் இந்த ஒரு வாரத்தில் நான் படுகிற கவலையும் ஏமாற்றமும் அவளுடைய விசயத்தில வந்ததேயில்லை. நிச்சயமாக அவளுக்கும் அது ஏற்பட்டதில்லை. அதனால்தான் மீண்டும் சொல்கிறேன், உணர்வு பூர்வமான காதல் எனக்கு இந்துஜா மேல்தான் ஏற்பட்டது. கஸ்தூரி மேல் இல்லை" என்றான் அனந்தயன்.

"சரி நீ இந்த விசயத்தில் நல்ல தெளிவாகத்தான் இருக்கிறாய். உன் காதலில் உனக்கு நம்பிக்கை இருக்கு என்றால், ஏன் ஒரு தடவை அவளுக்கு செய்தி அனுப்பக்கூடாது?" என்றான் பிரவீன்.

"நிச்சயமாக அது தப்பாகப் போய்விடும். உண்மையில அவளின் பிரச்சினை என்ன என்று சரியாகத் தெரியவில்லை. அது மட்டுமல்ல, அவள் ஏன் இந்த முடிவை இவ்வளவு திடமாக எடுத்தாள் என்றும் தெரியவில்லை, நான் நம்புவதுபோல அவளும் என்னைக் காதலிக்கிறாள் என்றால், அவள் சொன்ன மாதிரி இரண்டு வாரம் முடிய நிச்சயம் என்னோடு கதைப்பாள் என்று நம்புகிறேன்" என்றான் அனந்தயன்.

"சரி வாடிக்கையாளரின் இடத்திற்கு வந்துவிட்டேன். நீ உன்னுடைய வேலையைப் பார். இந்த வார இறுதியில் சந்திப்போம்" என்றான் அனந்தயன்.

"சரி, போய் வருகிறேன். டேய் வரி விலக்குப் பெற்ற பொருள், வார இறுதிக்கு இருக்கிறது" என்றபடி தொலைபேசியைத் துண்டித்தான் பிரவீன்.

வாரங்கள் இரண்டு கடந்தன. ஆனால் அனந்தயனிடம் இருந்து எந்தச் செய்தியும் வரவில்லை. தான் கடைசியாக அனுப்பிய செய்தியை எடுத்துப் பார்த்தாள் இந்துஜா. "ஏன் இதற்கு அவன் அன்றைக்குப் பதில் போடவில்லை. நான் அவனை இழந்துவிட்டேன். அவன் நல்ல நண்பனாகத்தானே

இருந்தான், ஏன் நான் அவனைப் புறக்கணித்தேன். ஒருவேளை நான் அவனைக் காதலிக்க ஆரம்பித்து விட்டேனா? ஒருவேளை இந்தச் சட்டை (மேற் சட்டை) கொடுத்தவன் அனந்தயனாக இருந்திருந்தால் எவ்வளவு நல்லதாக இருந்திருக்கும், திவ்வியா மீதும் அவன் அன்பாக இருந்திருப்பான். ஆனால் என்னை அவன் காதலித்து இருந்தால் அவன் இப்படி விட்டுட்டு இருந்திருக்க மாட்டானே! ஒருவேளை அவனுக்கு சம்பந்தம் ஏதாவது பேசிவிட்டார்களா?" என்று பல்வேறு பட்ட கோணங்களில் சிந்தித்தவள், நீண்டகாலத்திற்குப் பிறகு ஏதாவது அவனுடைய சுயவிபரக் கோவையில் போடப்பட்டிருக்கா எனப்பார்க்க முகநூலிற்குச் சென்றாள்.

அவனுடைய சுயவிபரக் கோவையில் கடந்த இரண்டு வாரங்களாக எந்தப் புகைப்படங்களும் போட்டிருக்கவில்லை. தன்னை மாதிரி அவனும் முகநூலிற்கு வரவில்லை. ஒருவேளை என்னைப் புறக்கணிக்கத்தான் அவனும் முகநூலிற்கு வரவில்லையா? அல்லது நான் சொன்னது அவனைப் பலமாகக் காயப்படுத்திவிட்டதா? என்று சிந்திக்க ஆரம்பித்தாள் இந்துஜா.

சரி எல்லாமே நன்மைக்குத்தான். "எழுதப்பட்டதுதான் விதி. அதன்படிதான் வாழ்க்கை. அதனை மாற்றத்துடிப்பது மனித வர்க்கத்தின் முட்டாள்தனத்தின் உச்சக்கட்டம்" என்று நினைத்தவாறு அதனைத் தனது முகநூலில் பாவனையாளரின் சுய கருத்தாகவும் நீண்ட நாட்களுக்குப் பிறகு போட்டாள்.

முகநூலினைப் பார்த்துக்கொண்டிருந்த அவளுடைய கண்கள் ஆச்சரியத்தில் மலர்ந்தன. அவள் போட்ட நிலைக்கு முதல் விருப்பத்தினை அனந்தயனே போட்டான். அவனும் முகநூலில் இருக்கிறான் என்பதை அறிந்து கொண்டாள்.

அனந்தயனுக்கு முகநூலில் செய்தி அனுப்பிப் பார்ப்போமா? என நினைத்தாள். ஆனாலும் தன்னுடைய விதி, தன்னுடைய வாழ்க்கை, அதன் அர்த்தம் எல்லாம் திவ்வியாதான் என்று நினைத்துக் கொண்டாள் இந்துஜா. அதனால் திடிரென்று முகநூலில் இருந்து வெளியேறினாள். வைபர் இல் இருந்தும் தன் நம்பரை மறைத்தாள்.

அந்த முகநூலில் பாவனையாளரின் சுய கருத்தினைப் பார்த்த அனந்தயன் தனக்குத்தான் இந்துஜா ஏதோ செய்தி சொல்ல முற்படுகிறாள் என்று நம்பினான். அவளுடைய மனதை அவள் ஏனோ கல்லாக்கிக் கொண்டாள். ஏன் அவளுக்குள் இத்தனை மாற்றம், சரி "விதி அதுதான், அது வலிது" இனி அவளைத் தொந்தரவு செய்யக்கூடாது என்று மனதுக்குள் நினைத்துக்கொண்டான்.

"எல்லாக் காதலும் வெல்வதுமில்லை, வென்ற காதல் எல்லாம் உண்மையாக இருந்ததுமில்லை இதுவரை....." என்று தனக்குள்ளே நினைத்தபடி அதனை முகநூலில் பாவனையாளரின் சுய கருத்தாகப் போட்டான். அதனைப் பார்த்துக்கொண்டிருந்த அனந்தயன் அவனை அறியாமலேயே சிரித்தான். கஸ்தூரி அதற்கு விரும்புதல் போட்டு "சாமி எல்லாம் காதலைப் பற்றிப் பேசுகிறது" என்று கருத்துப் போட்டிருந்தாள்.

இரவு சாப்பாட்டு மேசையில் சாப்பிட இருந்த அனந்தயனின் முதுகைத் தட்டி "இந்தாடா இந்தப் பெண்ணைப் பார், இவள் எங்களுக்கு தூரத்து சொந்தம் இலங்கையின் பிரபல மென்பொருள் உருவாக்கும் நிறுவனத்தில் மென்பொருள் பொறியியலாளர் ஆக இருக்கிறாளாம். எம்.எஸ்ஸி படித்து இருக்கிறாள். நல்ல குடும்பம். எங்கள் எல்லோருக்கும் பிடித்திருக்கிறது. ஜாதகமும் சரியாகப் பொருந்தி இருக்கு. நல்ல சீதனம் வேறு, நாங்கள் வேண்டாம் என்றுதான் சொன்னோம்.

ஆனால் இரண்டு அண்ணன்மாருக்கு அவள் தான் ஒரு தங்கையாம், அதனால் தங்கள் கௌரவத்திற்கு சீதனம் கொடுப்பார்களாம்;. அவளும் உன் படத்தைப் பார்த்து சரி சொல்லி விட்டாளாம். வருகிற வெள்ளிக்கிழமை பெண் பார்க்கப் போகலாமா?" என்றார் அனந்தயனின் அப்பா.

இதனைக் கேட்ட அனந்தயன் ஒருகணம் திகைத்து விட்டான். "என்னப்பா சொல்கிறீர்கள், நீங்கள் என்னுடனும் கதைக்காமலேயே பெண் பார்க்க ஆரம்பித்து விட்டீர்களா?" என்றான்.

"ஏண்டா அன்றைக்குத்தானே சொன்னோம். உன்னுடைய ஜாதகத்தில் இந்த வருடத்துக்குள் திருமணம்செய்ய வேண்டும் என்று போட்டிருக்கு பிறகு என்னடா?" என்றாள் அம்மா. "எங்களுக்கு ஏதாவது நடப்பதற்குள் உன்னுடைய கல்யாணத்தை செய்திடவேண்டும், நேற்றுக் கூட எனக்கு நெஞ்சுவலி" என்று வழமைபோல் கண்ணீர்விட ஆரம்பித்து விட்டார் அனந்தயனின் அம்மா. "சரி சரி அம்மா அழ வேண்டாம், எனக்கும் சில ஆசைகள் இருக்கிறதுதானே அதையும் நீங்கள் கேட்க வேண்டும். அதை விட்டு விட்டு ஏதோ தெரியாத இடத்திலே கட்டிவைக்க ஆசைப்படுகின்றீர்கள்" என்றான் அனந்தயன்.

"ஏண்டா எவளையாவது காதலிக்கிறியா?, சாதி சரியென்றால் நான் உனக்கு அவளையே கட்டி வைக்கிறேன்" என்றார் அப்பா.

"அப்படி ஒன்றும் இல்லை அப்பா" என்று இழுத்தான் அனந்தயன். அவனுடைய பதிலைக் கேட்ட அப்பா "டேய் ஏதோ சடைகிற மாதிரி தெரிகிறது. சரி உனக்கு ஒரு வாரம் தருகிறேன். அதற்குள் உனக்கு ஏதாவது விருப்பம் இருந்தால் சொல், இல்லை என்றால் நாங்கள் பார்க்கிறதுக்கு

நீ சம்மதி. ஊரில் இருக்கிறவனெல்லாம் "என்ன ராசு ஏதாவது பெரிய மீனுக்கு காத்துக்கொண்டு இருக்கிறாயா?" இன்னும் உன்னுடைய மகனைக் கட்டிக்கொடுக்காமல் இருக்கிறாய் என்று தப்பாகப் பேசுகிறார்கள். இதெல்லாம் எனக்கு கேட்டுக் கொண்டு இருக்க முடியாது அவ்வளவுதான்" என்றார் மிகவும் கடுமையான தொனியில். அம்மாவும் அதற்கு ஒத்தாசையாக இன்னும் கண்ணீர் வடித்துக்கொண்டிருந்தாள். சாப்பிட மனம் வராமல் கட்டிலில் போய் படுத்தான் அனந்தயன். தனது காதல், இந்துஜா விடயத்தில் ஒருதலைக்காதலாக மாறி விட்டதே என்று தன்னைத் தானே வருத்திக் கொண்டான்.

தனது மன நிலையை சற்று சிந்தித்துப்பார்த்தான். "ஒரு வேளை இப்படித்தான் கஸ்தூரியும் கவலை அடைவாளோ? நான் அவளை வருத்தப்படவைத்து விட்டேனா? ஏன் என்னுடைய காதல் தான் பொய்த்து விட்டதே அது மரண வேதனையும் தருகிறது. ஏன் கஸ்தூரியின் காதலை அவளுக்குக் கொடுத்து அவளையாவது சந்தோசப்படுத்தக் கூடாது.? தெரியாத ஒருத்தியை அப்பா சொல்வதற்காக கல்யாணம் செய்வதை விட எனக்கு நன்றாகத் தெரிந்த என்னையே சுற்றிச் சுற்றி காதலிக்கும் கஸ்தூரியை ஏன் காதலிக்கக் கூடாது? தெரியாத ஒருத்தியை கல்யாணம் செய்த பின்னர் உணர்வுரீதியாய் காதலிக்க ஆரம்பிப்பதை விட எனக்குத் தெரிந்த கஸ்தூரியையே கல்யாணம் செய்து ஏன் நான் அவளை உணர்வு ரீதியாகக் காதலிக்க ஆரம்பிக்க கூடாது?" என்று அவன் தன் மனதைக் கேட்டுக் கொண்டான்.

வழமைபோல் பூங்காவில் அமர்ந்திருந்தாள் இந்துஜா. திவ்வியா அன்றியாவுடன் விளையாடிக் கொண்டிருப்பதைப் பார்த்து இரசித்துக் கொண்டிருந்தாள். அவர்கள் இருவருடைய நட்பு அவளுக்கு வியப்பைத் தந்தது.

அவ்வாறே பார்த்துக்கொண்டிருந்தவளுக்கு முதல் நாள் மாமி கூறியது ஞாபகத்திற்கு வந்தது.

"இந்துஜா உன் கடைசிக் காலத்தில் சரியான துணை ஒன்று வேண்டும். திவ்வியா பெண் பிள்ளை. அவளும் வளர வளர உங்கள் இரண்டு பேருக்கும் சரியான ஆண் துணை ஒன்று இருப்பது நல்லது. எல்லா ஆண்களையும் ஒரே மாதிரிப் பாக்காதே. திவ்வியாவோடு கதைத்து அவளுக்குப் புரிய வைக்கலாம். உனக்கென்று ஒருவர் வர வேண்டும். அதுதான் உங்கள் இரண்டு பேரின் எதிர்காலத்துக்கும் நல்லது. அதனை நீ முதலில் சரியாகப் புரிந்துகொள்ள வேண்டும். இதற்குப் பிறகு அதனை நீ திவ்வியாவுக்குப் புரிய வைக்கலாம். அவள் இதற்குச் சம்மதிப்பாள். உன்மேல் அவளுக்கு அதிக பாசம் இருக்கிறது. அவளுக்கு நீ சொன்னால் விளங்கும். உன்னுடைய அம்மா மாதிரி இதனை சொல்கிறேன் கேள்" என்றார் மாமி.

அவர் சொன்னதில் ஏதோ அர்த்தம் உள்ளது என்று இந்துஜாவின் மனதில் பட்டது.

ஆனாலும் திவ்வியா அன்று கட்டிப்பிடித்தபடி பாடசாலையில் சொன்னதையும் மீட்டிப் பார்த்தாள். இந்துஜாவின் மனம் குழம்பியது. திவ்வியாவின் மனம் வருத்தப்படும்படி எந்த முடிவினையும் எடுக்கக் கூடாது. அவள் தன்னையே, அம்மா மட்டும் இல்லை அப்பாவாகவும் பார்க்கிறாள். அவள் மனதில் இருக்கும் கவலையை, நான் அவளை மட்டுமே எனது உறவாக கொண்டதனூடாக போக்க வேண்டும். திவ்யாதான் எனக்கு எல்லாமே என்று சிந்தித்தாள். அவளை அறியாமலேயே அனந்தயனின் முகமும் அந்தச் சட்டையும் (மேற் சட்டை) அவளுடைய மனத்திரையில் வந்து போனது. அப்படியே சிந்தித்துக் கொண்டு தொலைபேசியை எடுத்து நீண்டநாட்களாக உள்

நுழையாமல் இருந்த தனது முகநூலில் நுழைந்து அனந்தயனின் சுயவிபரக் கோவையை தேட ஆயத்தமானாள். அப்போது செய்தி ஒன்று வந்திருப்பதைப் பார்த்து அது அனந்தயனாக இருக்குமோ என்று நினைத்தவாறு அதனை கிளிக் செய்தாள். அது அனந்தயனுடையது இல்லை, மாறாக பிரவீனிடம் இருந்து வந்திருந்தது.

பிரவீனை அவள் தன் நண்பனாகச் சேர்த்திருக்கவில்லை. ஆனால் அவனுடைய செய்தி வந்திருக்கவே ஆச்சரியப்பட்டாள். அதனை கிளிக் செய்தவளின் கண்களிலிருந்து கண்ணீர் ஆறாகப் பெருக்கெடுத்தது. அந்தப் படங்களைப் பார்த்ததும், அவளுக்கு, தான் சந்தோசம் அடைகின்றேனா அல்லது கவலை அடைகின்றேனா என்று கூடத் தெரியாமல் அழுது கொண்டிருந்தாள். அவளால் அவளுடைய கண்ணீரைக் கட்டுப்படுத்த முடியவில்லை.

இதனைக் கவனித்த குட்டித் திவ்வியா தன்னை நினைத்துத்தான் இந்துஜாஅம்மா அழுகிறாள் என்று நினைத்தவாறு ஓடோடி வந்து அவளைக் கட்டிப் பிடித்து "இந்துஜாஅம்மா அழாதே, நான் குழப்படி செய்யாமல் விளையாடுகிறேன். நான் உன்னை நேசிக்கிறேன்" என்றாள்.

தனது கண்ணீர் கொட்டும் கண்களை துடைத்தவாறு "இல்லையடா குட்டி, அம்மா அழவில்லை ஓடிப்போய் விளையாடுங்கோ, அன்றியா உங்களுக்காக காத்துக் கொண்டிருக்கிறாள்" என்றாள் இந்துஜா. "சரி அம்மா" என்றபடி மீண்டும் விளையாட ஓடிப் போனாள் திவ்வியா.

மீண்டும் மீண்டும் அந்த இரண்டு படங்களையும் பார்த்துக் கொண்டிருந்த இந்துஜா தன்னை அறியாமல் கண்ணீர் விட்டபடி இருந்தாள். அவளை அறியாமல்

அவளுடைய கை வைபர் இல் அனந்தயனைத் தேடியது. அவன் ஆன்லைனில் இல்லை என்று அறிய, உடனே அவனுடைய முகநூல் சுயவிபரக்கோவையைத் தேடினாள். ஆனால் அவன் அதனை செயலிழக்கச் செய்திருந்தான், மிகுந்த ஏமாற்றம் அடைந்தாள். ஒரு வேளை அவனுக்கு திருமணம் நிச்சயமாகி இருக்குமோ என்று மனம் பதட்டப்பட்டது.

பிரவீனிற்கு பதில் போட்டுப் பார்ப்போமா? என்று நினைத்தாள். வேண்டாம் சரியில்லை என்று அவளே பின்வாங்கினாள். சரி எல்லாம் விதிப்படி நடக்கட்டும் என்றபடி தன்னைத் தேற்றினாள் இந்துஜா.

தன்னை அறியாமல் அவளுடைய மனம் பல்வேறு சிந்தனைகளினால் தடுமாறிக்கொண்டிருந்தது. தனது மனம் மிகவும் இறுகியநிலையில், சந்தோசத்தினையும் துக்கத்தினையும் ஒன்று சேரத் தந்து கொண்டிருப்பதனை உணர்ந்தாள் இந்துஜா. இப்போது என்ன செய்வது என்றே தெரியாமல் தயக்கத்துடன் காணப்பட்டாள்.

தனது அலுவலகத்திற்கு காலையில் காரில் சென்று கொண்டிருந்த அனந்தயன் தன்னுடைய அப்பா வீதியைக் கடந்து செல்வதை அவதானித்தான். அப்போது அவனுக்கு அப்பா நேற்று இரவு சொன்னது ஞாபகத்திற்கு வந்தது.

திடிரென்று தனது தொலைபேசியை எடுத்து அழைப்புச் செய்தான், "டேய் என்னடா ஆச்சரியம் இன்று கட்டாயம் மழைதான். என்ன காத்து இந்தப்பக்கமாக வீசுகிறது, காலநிலை அறிக்கையில் அப்படி எதுவும் சொல்லவில்லையே" என்று கலாய்த்தாள் மறுப்பக்கத்தில் இருந்து கஸ்தூரி,

"ஏன் நான் உனக்கு தொலைபேசி எடுக்கக் கூடாதா?" என்றான் அனந்தயன்.

"போடா அதுக்குத்தானே இந்த ஜீவன் தவிக்குது" என்றாள் கஸ்தூரி, "சரி விசயத்துக்கு வா" என்றாள்.

"இல்லை உனக்கு ஒரு இரவு உணவு தரலாம் என்று நினைக்கிறேன்" என்றான்.

"வாவ் என்னால் இதனை நம்பவே முடியவில்லை. கொஞ்சம் பொறு என்னைக் கிள்ளிப் பார்க்கிறேன், இது கனவா அல்லது நனவா என்று" என்றாள் மிகுந்த உற்சாகத்துடன்.

"இல்லை இது நனவுதான், நான் உன்னுடன் நிறையக் கதைக்க வேண்டும்" என்று இழுத்தான் அனந்தயன்.

"என் அன்பே அனந்து இதுவே போதும், எப்ப? எங்கே? என்று சொல்லு," என்றாள் கஸ்தூரி.

"கொழும்பிலுள்ள சினமன் கிறான்ட் ஹோட்டலில் தான், வருகிற சனிக்கிழமை" என்றான் அனந்தயன்.

"சரி, மிக்க மகிழ்ச்சி" என்றாள் சந்தோசத்துடன் கஸ்தூரி.

"ம்ம்ம் சரி சரி அடங்கு! வா பேசலாம்" என்றான் அனந்தயன். அவன் சொன்னதற்கு மறுப்புத் தெரிவிக்காமல் சந்தோசத்தின் உச்சத்தில் தொலைபேசியை வைத்தாள் கஸ்தூரி.

தனது முகநூல் செய்தியை இந்துஜா பார்த்துவிட்டாள் என்று கண்டுகொண்ட பிரவீன், "நான் அனந்தயனின் நண்பன் பிரவீன் உங்களுடன் கொஞ்சம் கதைக்க வேண்டும்" என்று மீண்டும் செய்தியை அனுப்பினான்.

அதனைப் பார்த்த இந்துஜா அவனை தனது முகநூலில் சேர்த்தாள். உடனேயே அது ஏற்றுக்கொள்ளப்பட்டு இருப்பதையும் கவனித்தாள்.

"உங்களுடைய தொலைபேசி இலக்கம் கிடைக்குமா? உங்களுடன் அனந்தயன் விடயமாகக் கதைக்க வேண்டும்" என்று மீண்டும் ஒரு செய்தி அனுப்பினான் பிரவீன்.

அந்தச் செய்தியினைப் பார்த்த இந்துஜா சற்றுச் சிந்தித்தாள். பிறகு ஏதோ ஒரு நம்பிக்கையில் தன்னுடைய இலக்கத்தை அனுப்பி விட்டு "இலண்டன் நேரம் 05.00 மணிக்கு பிறகு அழைப்புச் செய்யுங்கள்" என்று செய்தி அனுப்பினாள்.

"நன்றி, நான் அப்படியே செய்கிறேன், என்று பதில் வந்தது" பிரவீனிடமிருந்து.

"என்னவாக இருக்கும்?" என்று நினைத்தவாறே தனது வேலை செய்யும் இடத்தைச் சென்றடைந்தாள் இந்துஜா.

தனது வேலை முடிந்து தனது அறையை விட்டுவெளியே சென்று கொண்டிருந்த அனந்தயன், பிரவீனும் எட்வேர்ட் ஐயாவும் ஏதோ தீவிரமாக கதைத்துக் கொண்டிருப்பதைப்பார்த்தான். அவர்கள் அருகே சென்றான் ஆனால் திடிரென்று அவர்கள் தங்களுடைய கலந்துரையாடலை நிறத்திவிட்டு, ஏதோ தடுமாற்றத்துடன் அனந்தயனைப் பார்த்தார்கள். ஏதோ வித்தியாசத்தை அவர்களின் முகத்தில் உணர்ந்தான் அனந்தயன்.

ஆனாலும் அதனைக் காட்டிக் கொள்ளாமல் "இனிய மாலை வணக்கம் ஐயா" என்றான்.

"இனிய மாலை வணக்கம்" என்ற எட்வேர்ட் ஐயாவின் முகம் அவ்வளவு சரியாக இல்லை என்பதையும், அவர் அனந்தயனை சற்று கூர்ந்து பார்த்ததையும் அவன் அவதானித்தான். பிரவீனின் முகத்திலும் ஏதோ மாற்றம், எதுவுமே சரி இல்லை என்று நினைத்தவன், "சரி ஐயா, நான் கொஞ்சம் வேலையாக வெளியில் போக வேண்டும் சென்று வருகிறேன்" என்றான்.

"சரி, நாங்கள் நாளை சந்திப்போம், பார்த்துக்கொள்ளுங்கள்" என்றார் எட்வேர்ட் ஐயா.

"சரி மச்சான் போய் வா" என்றான் பிரவீன்.

அவர்களிடம் விடைபெற்றுக்கொண்டு தனது கார் தரிப்பிடத்திற்கு சென்றான் அனந்தயன்.

அவனுடைய கார் நேரே பிரபலமான நவீன சந்தைத் தொகுதி ஒன்றுக்குச் சென்று நின்றது. அதற்குள் சென்றவன் நேரே பெண்கள் ஆடைப்பகுதிக்குள் சென்றான். நீண்ட நேர போராட்டத்திற்கு பிறகு அழகிய மஞ்சள் நிறத்தில் ஒரு சட்டையை எடுத்தான். அதற்கு காசைக் கொடுத்துவிட்டு மீண்டும் தனது காருக்குள் வந்தான். தன்னுடைய காரிற்குள்ளேயே வாங்கிவைத்திருந்த அழகிய பொதி செய்யும் கடதாசியை எடுத்து அந்தச் சட்டையை அழகாக பொதி செய்தான். அப்படி இருந்தபடியே யாருக்கோ அழைப்பு செய்தான். சிறிது நேரத்தில் மோட்டார் வண்டியில் ஒருவன் வந்து அவனுடைய காருக்கு அருகில் நின்றான். அவனிடம் அந்தப் பொதியினைக் கொடுக்க, அவனும் சிரிப்புடன் வாங்கிக்கொண்டு, "கொடுத்துவிடுகிறேன் ஐயா" என்று கூறிச் செல்ல, அனந்தயனும் அந்த இடத்தைவிட்டுச் சென்றான்.

தன்னுடைய மேலதிகாரியுடன் வருகின்ற மாதத்துக்கான அலுவலக ரீதியான வெளிநாட்டுப் பயணங்கள் பற்றி கதைத்து விட்டு, தன்னுடைய வேலை செய்யும் அறைக்கு வந்தாள் கஸ்தூரி. அவளுடைய மேசையில் ஒரு பொதி இருப்பதை அவதானித்தாள். அதுவும் அனந்தயனிடமிருந்து வந்துள்ளது. மிக ஆர்வத்துடன் அதனைப் பக்குவமாக உடைத்தாள். அவளுடைய கண்கள் காண்பதை அவளாலேயே நம்ப

முடியவில்லை. ஒரு கணம் அவளுடைய மனது எல்லையற்ற தடுமாற்றத்தைக் கண்டது. தனக்குப் பிடித்த மெல்லிய மஞ்சள் நிறத்தில் அவன் அனுப்பியிருந்த அந்தச் சட்டையை மீண்டும் மீண்டும் பார்த்தாள். சந்தோசத்தின் உச்சியில் அவனுக்கு அழைப்புச் செய்ய தொலைபேசியை எடுத்தாள்.

"அந்த இரவின் நிலாவே பொறாமைப்படும் இந்த மஞ்சள் உடையில் நீ வந்தால்!" என்ற அவனுடைய செய்தியினை தொலைபேசியில் பார்த்த அவளுடைய மனம் அவளுடைய கட்டுப்பாட்டை மீறி வானத்தில் துள்ளிக்குதித்தது. இப்பவே அவனுக்கு அழைப்பு செய்ய வேண்டாம் இரவு உணவிற்குப் போயே அவனுடன் கதைப்போம் என்றது அவளுடைய உள்மனம். நிச்சயம் அவனுடைய மனதில் ஏதோ மாற்றம் வந்துள்ளது என்பதனை அவளுக்கு உணர்த்தியது அவனுடைய நடவடிக்கைகள்.

திடிரென்று ஏதோ ஞாபகம் வர கொழும்பில் உள்ள சினமன் கிரான்ட் ஹோட்டலுக்கு அழைப்புச் செய்தாள். அனந்தயனுடைய பெயரைச் சொல்லி விசாரித்தாள். அவளுடைய காதுகள் கேட்பதை அவளாலே நம்பமுடியவில்லை, அனந்தயன் நிச்சயம் தன்னுடைய விருப்பத்திற்கு சம்மதம் தெரிவிக்க உள்ளான் என்பதனை அவன் மெழுகுவர்த்தி வெளிச்சத்தில் இரவு உணவினை ஒழுங்கு செய்துள்ளான் என்பதில் இருந்து அவளுக்கு விளங்கியது.

மகிழ்ச்சியின் உச்சியில் இருந்த கஸ்தூரி தன்னுடைய மேலதிகாரியின் அறைக்குச் சென்று, தன்னுடைய கனவு நனவாவதைப் பகிர்ந்தாள். அவர் அதனைக் கேட்டுக் கொண்டிருக்கும் போதே அவருடைய முகத்தில் ஏற்பட்ட

மாற்றத்தினை அவதானித்த கஸ்தூரி "மன்னியுங்கள்" என்றாள் ஒரு கவலையான குரலில்.

"பரவாயில்லை, நீ எவ்வாறு இதுவரை நம்பிக்கையை இழக்காமல் இருக்கிறாயோ? அதே போல எனது நம்பிக்கையை, நானும் இன்னும் இழக்கவில்லை" என்றார் அவர்.

"கேட்க இனிமையாக உள்ளது, ஆனால் நான் உங்கள் விடயத்தில் எந்தத் தப்பும் செய்யவில்லை" என்றாள் கஸ்தூரி

"நிச்சயமாக இது என்னுடைய ஒரு தலை விருப்பம். அது எனக்குத் தெரியும். எனவே உனக்கு வாழ்த்துக்கள் என்னால் கூற முடியும் அந்த அளவுக்கு நான் பக்குவப்பட்டவன் தான்" என்றார் அவர்.

மீண்டும் மன்னிப்புக் கேட்ட கஸ்தூரி "என் வாழ்க்கையில் ஒரு வேளை அனந்தயன் வராமல் இருந்திருந்தால் நிச்சயம் உங்கள் விருப்பம் என்னுடைய விருப்பமாகவும் இருந்திருக்கும் அதில் எந்தச் சந்தேகமும் இல்லை. ஆனால் நிச்சயம் உங்கள் மனதை எனக்குத் தெரியும் இதனை உறுதியானதாக எடுப்பீர்கள் என நம்புகிறேன். சரி கொஞ்சம் வெளியே போகவேண்டும் சென்று வரவா?" என்றாள் கஸ்தூரி.

"நிச்சயமாக, வாழ்த்துக்கள்" என்றவர் தன்னுடைய கவலையை மனதுக்குள்ளேயே அடக்கியபடி வழமைபோல் தனது புருவங்களைச் சுருக்கிக் கொண்டு சிரிப்பினை உதடுகளில் கொண்டு வந்தார் அவர்.

தன்னுடைய சிகை அலங்காரத்தில் அதிகம் கவனம் செலுத்தும் கஸ்தூரி அந்த இரவு உணவிற்காக பிரத்தியேகமான ஒரு சிகை அலங்காரம் செய்வதற்கு

சிகை அலங்கார நிலையத்திற்குச் சென்றாள். அதற்குப் பிறகு அந்த உடைக்குப் பொருத்தமாக பாதணிகளையும் அணிகலன்களையும் சுறுசுறுப்பாக வாங்கினாள்.

கஸ்தூரி பரிசு ஒன்றினை அனந்தயனுக்கு வாங்குவதற்கு ஒருநாள் முழுவதும் ஒவ்வொரு பரிசுப் பொருட்கள் வாங்கும் இடமாக ஏறி இறங்கிக் கொண்டிருந்தாள். எதனை வாங்குவது என்று பெரும் குழப்பத்தில் இருந்தது அவள் மனம். சாதாரண நிலைமையில் பரிசு வாங்குவதில் அவள்தான் கில்லாடி ஆனால் இன்று அவளுடைய மனம் நிதானமாக இல்லை. அது அவளுக்கே விளங்கியது. அவள் அவ்வாறு பரிசுகளைத் தேடிக்கொண்டிருக்கும் போது அவளுடைய தொலைபேசி ஒலி கேட்டு அதனை எடுத்து காதில் வைத்தபடி,

"டேய் பிரவீன் எப்படியடா இருக்கிறாய்?" என்றாள் உற்சாகமான குரலில். "என்ன ஏதாவது ஜக்பொட் கிடைத்து விட்டதா? அவ்வளவு சந்தோசமாக இருக்கிறாய்" என்றான் பிரவீன்.

"அதற்கும் மேலே, அனந்தயன் என்னை இரவு உணவிற்குக் கூப்பிட்டிருக்கிறான் அதுவும் மெழுகுவர்த்தி வெளிச்சத்தில் இரவு உணவு. அது மட்டுமல்ல என்னுடன் நிறையக் கதைக்க வேண்டும் என்றான்" என்றாள் கஸ்தூரி.

அவள் இப்படிச் சொன்னதும் பிரவீன் குரலில் தடுமாற்றத்துடன் "இல்லை நான் உன்னுடன் வேறு ஒரு விடயம் பற்றிக் கதைக்க வேண்டும் அது தான் அழைத்தேன். உன்னை நான் இன்றே சந்திக்க முடியுமா? இல்லை இப்பவே முடியுமா?" என்றான் சற்று பதட்டப்பட்டபடியே.

"இல்லை இப்பதான் அனந்தயனுக்கு பரிசு வாங்கிக் கொண்டிருக்கிறேன். நாளைக்குப் பார்ப்போம்" என்றாள்.

"இல்லை, இல்லை பரிசினைப் பிறகு வாங்கு, இப்போ நீ எங்கு இருக்கிறாய்? அங்கே நான் வருகிறேன். பத்து நிமிடம் உன்னுடன் பேச வேண்டும் இது முக்கியமான விடயம்" என்றான் பிரவீன்.

"சரி ஏதோ பதறுகிறாய், வந்து தொலை" என்று தான் இருக்கின்ற இடத்தினை வாட்ஸ்அப் இல் அனுப்பினாள் கஸ்தூரி.

"சரி செய்தி கிடைத்து விட்டது. நான் ஐந்து நிமிடத்தில் அங்கு நிற்கிறேன்" என்றான் பிரவீன்.

தனது வேலை செய்யும் அறையில் ஏதோ வேலைப்பழுவாக தனது மடிக்கணினியில் வேலை செய்து கொண்டிருந்த அனந்தயனின் கவனத்தை "ஹாய் அனந்தயன் நல்வாழ்த்துக்கள்" என்றபடி உள்ளே நுழைந்த எட்வேர்ட் ஐயா திசை திருப்பினார். "ஆம் ஐயா!" என்றவன் இன்று எட்வேர்ட் ஐயாவின் குரலில் ஏதோ மாற்றம் தெரிவதை அவதானித்தான்.

"உனக்கு ஒரு நல்ல செய்தி. உன்னுடைய இறுதி அறிக்கைதான் சிறந்த அறிக்கையாகத் தெரிவு செய்யப்பட்டுள்ளது. அது மட்டுமல்ல உண்மையில் முகாமைத்துவ சபை மிக மகிழ்ச்சியாக இருக்கிறது. அதனால் உனக்கு பரிசும் வெளிநாட்டில் - செயற்றிட்டம் தொடர்பான வேலை ஒன்றும் உள்ளது" என்றார்.

மகிழ்ச்சியின் உச்சத்தில் இருந்த அனந்தயன் "என்ன செயற்றிட்டம் ஐயா" என்றான்.

"உனக்கு இலண்டன் சென்று எமது வாடிக்கையாளர் ஒருவரைச் சந்திக்கிற செயற்றிட்டமும் அங்கே நீ

விடுமுறையை கழிக்க எல்லாச் செலவையும் கம்பனி பொறுப்பேற்கவுள்ளது" என்றார்.

இதனைக் கேட்டதும் அனந்தயன் தான் ஏதோ பறப்பது போல் உணர்ந்தான். அவனுடைய கனவு நகரம் இலண்டன். அதற்கு நான் எனது நிறுவனம் மூலம் செல்லப் போகின்றேன். அவனால் இதை நம்பவேமுடியவில்லை. "நன்றி ஐயா, மிக்க நன்றி" என அவரைக் கட்டிப்பிடித்துக் கொண்டான் அனந்தயன்.

"எனக்குத் தெரியும் இது உனக்கு மகிழ்ச்சியைத் தரும் என்று. இந்தச் சந்தர்ப்பத்தை சரியான முறையில் பயன்படுத்திக்கொள் உன் வாழ்க்கைக்கும் கூட" என்றார் எட்வேர்ட் ஐயா.

அவர் அப்படிச் சொன்னதும் அவனை அறியாமலேயே இந்துஜாவின் நினைவுகள் அவன் மனத்திரையில் ஓடியது. அவளைச் சந்திக்க முடியும் என்ற எண்ணம் அவனை ஏதோ மேலும் உற்சாகப்படுத்தியது. இருந்தும் அவள் சொன்ன வார்த்தைகள் அவனுக்கு ஞாபகத்திற்கு வரவே சிறிதளவு மனவருத்தமும் அவனை ஒட்டிக் கொண்டது.

"சரி உன்னுடைய கடவுச்சீட்டினை எனது வேலை செய்யும் அறைக்கு அனுப்பி விடு, அத்தோடு உனது பயணத்திற்கு வருகின்ற கிழமை தயாராக இரு." என்றபடி புறப்பட்டார் எட்வேர்ட் ஐயா.

அவர் சென்றவுடன் தனது மடிக்கணினியில் முகநூலிற்குச் சென்றவன் தனது கணக்கினை மீண்டும் இயக்கி இந்துஜாவின் சுயவிபரக் கோவையை பார்த்தான், அதில் வழமையான பதிவுகள் மட்டுமே காணப்பட்டது.

அப்படியே தனது தொலைபேசியில் வைபர் இனைத் திறந்து, அவள் வைபர் இல் இருக்கிறாளா எனப் பார்த்தான்.

நாளை கஸ்தூரியுடைய இரவு உணவு ஞாபகத்திற்கு வரவே தன்னுடைய மனதை மீண்டும் ஒருமுறை திடப்படுத்தியபடி எழுந்து வீட்டுக்குச் சென்றான். ஏதோ மனதில் ஒரு பக்கம் மகிழ்ச்சியும், இன்னொருபக்கம் மனப் பாரத்தையும் சுமந்தவனாகத் தன்னுடைய பெற்றோரிடம் இந்த விடயத்தைப் பகிர்ந்து அவர்களுக்கும் ஒரு சந்தோசத்தைக் கொடுக்க எண்ணினான் அனந்தயன்.

வேலை முடிந்து புகையிரதத்தில் தனது வீட்டிற்கு திருப்பிக் கொண்டிருந்த இந்துஜா தனது தொலைபேசியினை எடுத்து பிரவீன் அனுப்பிய புகைப்படங்களைப் பார்த்தபடி பிரவீனுடன் நேற்றுக் கதைத்த விடயங்களை மீட்டுப்பார்த்துக் கொண்டிருந்தாள். அவளின் கைகள் முக நூலில் அனந்தயனை மீண்டும் தேடியது. அவளுடைய கண்கள் மலர்ந்தன. அவன் மீண்டும் முகநூலில் இருப்பது தெரிந்தது. தன்னுடைய மனதினை ஒரு நிலைப் படுத்திக் கொண்டு மன்னியுங்கள் என்று அவனுக்கு செய்தி அனுப்பினாள். இப்போது அவளுடைய மனதில் ஏதோ நிம்மதி கிடைத்தது போல் தோன்றியது. கண்களை மூடி தன்நிலைமையை எண்ணி மனதில் வெம்பிக் கொண்டிருந்தாள் இந்துஜா. தான் எடுத்த முடிவுகளும், எடுக்கும் முடிவுகளும் தன் மனதை முழுமையாகப் பாதிப்பதை அவள் உணர்ந்தவளாகக் காணப்பட்டாள்.

சனிக்கிழமை மாலை நேரம் மனதில் ஒரு தயக்கம் இருந்தாலும், இந்த முடிவு நிச்சயம் தன்னுடைய வாழ்க்கையில் ஒரு நல்ல பலனைத் தரும் என்று நினைத்தபடி கஸ்தூரியுடனான இரவு உணவிற்கு ஆயத்தம் ஆகிக் கொண்டிருந்தவன், இப்போது கஸ்தூரி என்ன செய்து கொண்டிருப்பாள்? நிச்சயம் மகிழ்ச்சியின் உச்சத்தில் இருந்தபடி ஒப்பனை, சிகை அலங்காரம் என்று என்னை முழுமையாகக் கவரக்கூடிய வகையில்

தயாராகிக் கொண்டிருப்பாள் என்று தனக்குள்ளேயே சிரித்தான். ஆனால் ஏன் அவள் அழைப்புச் செய்யவில்லை. ஒருவேளை எனக்கு ஏதாவது ஆச்சரியம் கொடுக்க வேண்டும் என்று திட்டம் போட்டுக் கொண்டிருக்கின்றாளோ? சரி நான் முதலில் போய் எல்லா ஏற்பாடுகளும் சரியா என்று பார்ப்போம் என்றபடி ஹோட்டலை நோக்கி புறப்பட்டான் அனந்தயன்.

ஹோட்டலில் ஏற்பாடுகளை எல்லாம் சரிபார்த்துவிட்டு, அவனுடைய ஏற்பாட்டில் அங்கு வைத்திருந்த பூக்கொத்தையும் வைத்துக் கொண்டு அவளுக்காகக் காத்திருந்தான் அனந்தயன்.

கஸ்தூரிக்காகக் காத்துக் கொண்டிருந்த அனந்தயனின் மனம் அமைதியான நிலையில் இல்லை. தன்னுடைய முடிவு சரியா, இல்லை தான் அவசரப்படுகின்றேனா, உண்மையில் தன்னுடைய முடிவை அவள் விரும்புவாள்,

ஆனால் என்மனம் இந்த முடிவை முழுமையாக ஏற்றுக் கொள்ள தயங்குகின்றதே. கஸ்தூரி என்மேல் வைத்திருக்கும் அன்பு உண்மைதான் ஆனால் என்னால் அவளை இந்த நிமிடம் வரைக்கும் ஒரு நல்ல நண்பியாகத்தானே பார்க்க முடிகின்றது. எப்படி அதற்கு மேல் முடியும்? இந்துஜா மீது ஏற்பட்ட அந்த இனம்புரியாத விருப்பம்! இல்லை காதல், கஸ்தூரி மேல் எவ்வாறு ஏற்படும்? நான் என்னையே ஏமாற்ற முற்படுகின்றேனா? என்று பலவாறு சிந்தித்துக் கொண்டிருந்தான் அனந்தயன்.

இந்த அம்மா அப்பா என்னை அவசரப்படுத்திவிட்டார்கள். இன்னும் கொஞ்ச நாள் யோசித்து முடிவு எடுத்திருக்கலாம். இப்போ இலண்டனிற்கு போகக் கூடிய சந்தர்ப்பம் வேறு கிடைத்துள்ளது. ஒருமுறை இந்துஜாவை நேரே பார்த்துவிட்டு எனது முடிவினை எடுத்திருக்கலாமென்று

அவனுடைய உள்மனம் அவனைக் கேள்விகளால் துளைத்துக் கொண்டிருந்தது.

ஆனால் இந்துஜா நிச்சயம் அவளுடைய முடிவில் மாற்றம் கொண்டு வரமாட்டாள் என்றே அவனுடைய மனம் கூறியது. அவளைத் தொந்தரவு செய்வது உண்மையில் நல்லது இல்லை. அவளுக்கு ஒரு பிள்ளை வேறு உண்டு. இந்தச் சந்தர்ப்பத்தில் நான் அவளைக் கட்டாயப்படுத்துவது ஒரு வேளை அவளுடைய மனநிலையைப் பாதிக்கலாம். அது வேண்டாம் என்றது அவனுடைய மனம்.

அம்மா அப்பாவின் விருப்பப்படி எனக்குத் தெரியாத ஒருத்தியை திருமணம் செய்ய முடியாது. அதைவிட கஸ்தூரி பலமடங்கு மேல். இந்த முடிவே சரியானது என்று அவனுடைய மனதை சமாதானப்படுத்திக் கொண்டான்.

மணி ஏழினைத் தாண்டிக் கொண்டிருந்தது. ஆனால் இன்னும் கஸ்தூரி வரவில்லை. இப்போது அனந்தயனின் மனதில் ஒருவித தடுமாற்றம் பற்றிக் கொண்டது. தனது தொலைபேசியை எடுத்து கஸ்தூரிக்கு அழைப்பு செய்தான். ஆனால் அவளுடைய தொலைபேசி இடை நிறுத்தப்பட்டுள்ளது என்று வந்தது.

'ஏன்? இவளுக்கு என்ன நடந்தது?. ஏன் தொலைபேசியை நிறுத்தியுள்ளாள். மின்விசைச் சேர்வி இல்லாமல் தொலைபேசி நின்று விட்டதா? அல்லது வேறு ஏதாவது காரணமா? என்னவென்று தெரியவில்லையே?" என அவனுடைய மனம் தடுமாறியது.

சரி அவளுடைய வீட்டுக்கு அழைப்பு செய்து பார்ப்போம் என்று வீட்டிற்கு அழைப்பு செய்தான்.

அவளுடைய அம்மா தொலைபேசியை எடுத்தார். "அத்தை கஸ்தூரி எங்கே" என்றான்.

"ஹாய் அனந்து எப்படி இருக்கிறாய்? ஏன் அவள் உனக்கு சொல்லவில்லையா? இன்று காலையில்தான் காரியாலய அலுவலாக இந்தியா போய்விட்டாள்" என்றார் அவர்.

இதனைக் கேட்டதும் அனந்தயன் ஒரு கணம் ஆடிப்போனான். "இல்லை அத்தை என்னிடம் சொல்லவில்லை".

"ஓ அப்படியா ஏதாவது அவசரமாக இருந்திருக்கும். அவள் அழைப்பு செய்தால் நான் சொல்லுகிறேன்" என்றார் அவர்.

"சரி அத்தை" என்றவன் மனதில் ஏகப்பட்ட குழப்பத்துடன் தொலைபேசியை துண்டித்;தான். இப்படி எல்லாம் ஒழுங்கு செய்தாயிற்றே, ஏன் இப்படி கஸ்தூரி செய்தாள்? ஏன் என்னிடம் சொல்லாமல் போனாள்? என்ன அவசரம் என்றாலும் செய்தி ஒன்றாவது போட்டிருக்கலாமே என்று அவனுடைய மனதில் பல கேள்விகள்.

அதே குழப்பத்திலே தனது தொலைபேசியில் முகநூலினைத் திறந்து கஸ்தூரியைத் தேடினான். அவளுடைய சுயவிபரக் கோவையில், தான் "சென்னைக்குப் புறப்படுகிறேன்" என்று புதிய தகவல் பதியப்பட்டிருந்துடன் பண்டாரநாயக்க சர்வதேச விமான நிலையத்தில் காலையில் அவள் செக் இன் செய்திருந்ததையும் காட்டியது.

இவளுக்கு என்ன நடந்தது? நான் இரவு உணவு தருகிறேன் என்றவுடன் அன்று அவ்வளவு ஆரவாரப்பட்டாளே ஆனால் இன்று ஏன் இப்படிச்

செய்தாள்? ஏன் எனக்கு சொல்லாமலே இந்தியாவிற்குச் சென்றாள்? நிச்சயம் ஏதோ நடந்திருக்க வேண்டும் என்றபடியே அவளுடைய பழைய பதிவுகளை முக நூலில் பார்த்தான்.

முதல் நாள் இரவு அவள் போட்டிருந்த அந்தப் பதிவு அவனுக்கு செய்தி ஒன்றினை கொடுத்தது. "நட்பிலே காதல்.... தோன்றினால் யோகம்...., அப்போ நான்?!!" என்று போட்டு ஒரு கவலையான குறியீட்டையும் போட்டிருந்தாள். அவளுடைய இந்த நிலை அவனுக்கு இப்போது தெளிவான செய்தியைக் கொடுத்தது. நிச்சயம் ஏதோ மாற்றம் நடந்திருக்கிறது, அதன் விளைவுதான் அவளுடைய இந்த இந்தியாவை நோக்கிய திடீர்ப் பயணம் என்றது அவனது ஆழ்மனது.

அவளுக்கு முகநூலில் செய்தி அனுப்புவோம் என்று இன் பொக் ஸினைக் கிளிக் செய்தவன் ஒரு கணம் நிலை தடுமாறினான். "மன்னியுங்கள்" என்று இந்துஜாவிடமிருந்து செய்தி....இ அவனுடைய மனதில் இப்போது ஒரு பெரிய போராட்டமே ஆரம்பமானது. தனக்குள்ளேயும் தனக்கு வெளியேயும் என்ன நடக்கின்றது என்று தெரியாமல் ஒரு கணம் ஸ்தம்பித்து நின்றான்.

தான் என்ன செய்வது என்று புரியாமலேயே அந்த உணவகத்தின் பிரத்தியேகமாக ஒதுக்கப்பட்டிருந்த அறையில் தனித்து உட்கார்ந்து இருந்தான் அனந்தயன்.

கஸ்தூரிக்கு செய்தி அனுப்பச் சென்றவனின் கைகள், "நீங்கள் எப்படி இருக்கிறீர்கள்?. மன்னிப்புச் சொல்வதற்கு நீங்கள் எதுவும் பிழை செய்யவில்லையே. நீ இல்லாமல் மிகவும் வாடுகிறேன்" என இந்துஜாவின் செய்திக்கு பதில் அனுப்பிக் கொண்டிருந்தது.

அனந்தயனின் மனது அவனுக்கு தான் ஒரு நிலையில் இல்லை என்பதனை உணர்த்திக் கொண்டிருந்தது. இந்த இடத்தை விட்டுச் செல்ல வேண்டும் என்று தோன்றியது. அவனுக்கு அருகில் வந்த அந்த உணவகத்தின் முகாமையாளரிடம் "அவசர நிலை காரணமாக இந்த ஏற்பாடுகளை நிறுத்த வேண்டிய தேவை ஏற்பட்டிருக்கிறது. ஆகவே இதற்குரிய மொத்தச் செலவையும் எடுத்துக் கொள்ளுங்கள்" என்றபடி தனது கடன் அட்டையினை நீட்டினான்.

அவனுடைய முகத்தில் தெரிந்த ஏமாற்றம், பதற்றமான நிலையினை உணர்ந்து கொண்ட அந்த முகாமையாளர், "இல்லை பரவாயில்லை ஐயா, நீங்கள் இதற்கு %30 மட்டும் செலுத்தினால் போதும் உங்களுடைய பிரச்சினைகளை முடித்துக் கொண்டு மீண்டும் ஒருமுறை வாருங்கள் சிறப்பாகச் செய்வோம்" என்றார் முகாமையாளர்.

"மிக்க நன்றி இது உங்களுடைய பெருந்தன்மையை வெளிப்படுத்துகின்றது. நிச்சயம் நான் வருவேன்" என்றபடி கொடுப்பனவைச் செய்து விட்டு கனத்த மனதுடன் அந்த இடத்தை விட்டு வீடு நோக்கிச் சென்றான் அனந்தயன்.

"டேய் அனந்தயன் எப்போது இலண்டன் போகிறாய்? போகும் போது மாமாவிற்கு அவருக்கு பிடித்த பலகாரம் சுட்டுத்தருகிறேன் அதையும் கொண்டு போய் கொடு. அவர் தான் உன்னை விமான நிலையத்தில் இருந்து கூட்டிக்கொண்டு போக வருவார்" என்றார் அனந்தயனின் அம்மா.

"சரியாகத் தெரியவில்லை. காரியாலயத்தில் வருகின்ற வெள்ளிக்கிழமை ஆயத்தமாக இருக்கச் சொன்னார்கள்." என்றான் அனந்தயன்.

"சரி நீ இலண்டன் போய் வந்து நல்ல முடிவைச் சொல். எங்களுக்கு கொஞ்சம் நேரம் வேண்டும் என்று பெண் வீட்டாருக்கு சொல்லிவிட்டேன். உங்களுக்கு அவசரம் என்றால் வேறு சம்பந்தம் பார்க்கச் சொன்னேன். ஆகவே நீ அவசரப்படாமல் இலண்டன் போய் வந்து நல்ல முடிவாகச் சொல். உன்னுடைய விருப்பம் தான் எங்களுடைய முடிவும்" என்றார் அப்பா.

அப்பாவின் இந்தச் சொற்களிலும் அவருடைய குரலிலும் ஏதோ ஒரு மாற்றத்தை உணர்ந்தான் அனந்தயன். அன்று சொல்லும் போது அவ்வளவு ஆணித்தரமாக பேசிய அப்பா, எப்படி இவ்வளவு நிதானமாக என்னிடம் இலண்டன் போய் வந்து முடிவைச் சொல்லச் சொல்கிறார்? ஒரு வேளை என்னுடைய கனவு நகரம் இலண்டன், அதற்கு போய் வந்த பிறகு நல்ல மன நிலையில் இருப்பேன் என்று நினைக்கிறாரா? ஒரு பக்கம் அவருடைய இந்தச் சொற்கள் அவனுக்கு ஒரு அமைதியை கொடுத்தாலும், மறுபக்கம் சற்று குழப்பமான மனநிலையையும் அவனுக்கு கொடுத்தது.

கட்டிலில் சாய்ந்தவாறு இந்துஜாவின் செய்தியினைப் பார்த்துக் கொண்டிருந்த அனந்தயன் தன்னிடம் இருக்கும் அந்தப் புகைப்படங்களை இந்துஜாவிற்கு அனுப்புவோமா? அல்லது அது அவளை மேலும் காயப்படுத்துமோ? என்று சிந்திக்கத் தொடங்கினான். அவனுடைய மனது என்ன செய்வது என்று தன்னைத்தானே பல கேள்விகளைக் கேட்டுக் கொண்டிருந்தது.

திவ்வியாவிற்கு இரவு உணவினை ஊட்டிக் கொண்டிருந்த இந்துஜாவும் முகநூலில் அனந்தயனின் செய்தியைப் பார்த்துக் கொண்டிருந்தாள். நான் இலண்டனிற்கு வாறேன் என்று அவன் இப்போ அனுப்பியிருந்த செய்தியைப் பார்த்து தன்னை

அறியாமலேயே மகிழ்ச்சியின் உச்சத்திற்கு போனவள் "வாவ். எனக்கு மிக்க சந்தோஷம்" என்று தன்னை மறந்து ஒரு முறை துள்ளிக் குதித்தாள்.

"என்ன இந்துஜாஅம்மா இப்படிக் குதிக்கிறீர்கள்" என்று சிரித்தவாறே திவ்வியா கேட்டாள்.

"இல்லையடா சும்மாதான்" என்று வெட்கித் தலை குனிந்து தனக்குள்ளே சிரித்தாள். அவளுடைய அடிவயிற்றில் ஏதோ துடிப்பது போல் உணர்ந்தாள். அது அவளுக்கு புது உணர்வாக இருந்தது.

"எப்போ வருகிறீர்கள்? காரியாலய அலுவலா? இல்லை விடுமுறையிலா?" என்று பதில் அனுப்பினாள்" இந்துஜா.

"காரியாலய விடயம்தான். ஆனால் விடுமுறையும் கூட. உங்களைச் சந்திக்க முடியுமா?" என்றான் அனந்தயன்.

"ஆம் முடியும். நாங்கள் நண்பர்கள் தானே ஏன் முடியாது?" என்று பதில் அனுப்பினாள் இந்துஜா.

அவள் அனுப்பிய பதிலைப் பார்த்த அனந்தயன், அவள் தன்னுடைய நிலையிலிருந்து மாறவில்லை என்று உணர்ந்து கொண்டதோடு தன்னிடம் இருக்கும் அந்தப் புகைப்படங்களை அனுப்புவதற்கான தருணம் இதுவல்ல எனப் புரிந்து கொண்டு, "ஆம் நண்பர்களாக சந்திப்போம்" என்ற பதிலை அனுப்பினான். ஆனால் ஏதோ ஒரு நம்பிக்கை அந்தப் படங்களை நான் அவளைச் சந்திக்கும் போதே காட்டுவது நல்லது என்றது அவனுடைய மனதுக்குள்.

நித்திரை வராமல் கட்டிலில் புரண்டு கொண்டிருந்த அனந்தயன் இந்தக் குறுகிய கடந்த காலத்தில் தனக்குள்ளேயும் தன்னைச் சுற்றியும் நடந்த மாற்றங்களை

மீட்டுப்பார்த்தவனுக்கு, எந்த முடிவினையும் எடுக்க முடியவில்லை. தனது கனவு நகரத்துக்கு போகப் போகிறேன் என்பதே அவனுடைய மிகப்பெரிய சந்தோசம். ஆனால் ஏனோ அதனை முழுமையாக அனுபவிக்கும் நிலையில் அவன் இல்லை.

கஸ்தூரி ஏன் இப்படிச் செய்தாள்? அப்பாவின் குரலிலும் ஏதோ ஒரு மாற்றம்! ஏன் அலுவலகத்தில் இலண்டனிற்கு என்னை அனுப்புகிறார்கள்? கடந்த ஆண்டு கூட எனது முன்னைய மேல் அதிகாரி கொடுத்த அறிக்கையும் மிகச் சிறந்ததாகத்தானே இருந்தது, அவருக்கு இந்தச் சந்தர்ப்பத்தை வழங்காமல் ஏன் எனக்கு வழங்குகின்றார்கள்? பிரவீனின் கதையிலும் ஏதோ மாற்றம்! எல்லாமே ஏதோ புதிராக இருக்கின்றது. என்னைச் சுற்றி என்ன நடக்கின்றது. அந்த டொயாட்டா மொன்ரிறோ ஜீப் வண்டி ஆளைப்பற்றியும் தேடாமல் விட்டுவிட்டேன். அவன் யாராக இருப்பான்? ஏதோ சதுரங்க ஆட்டத்தில், தான் ஒரு காயாக இருப்பதாக உணர்ந்தான் அனந்தயன் இப்போது.

"இந்துஜா இன்று நீ தனியாக கடைக்குப் போய் வா. நான் திவ்வியாவை கூட்டிக் கொண்டு தமிழ்ப் பாடசாலைக்குப் போய் வருகிறேன். இன்று அவளை அங்கு வரச் சொன்னார்கள்" என்றாள் மாமி.

"இல்லை மாமி நானும் வருகிறேன்" பிறகு கடைக்குத் திவ்வியாவுடன் போக வேண்டும்;" என்றாள் இந்துஜா.

"இல்லை இந்துஜா அவளுடன் போனால், அவள் உன்னை பொருட்கள் வாங்க விட மாட்டாள். நான் அவளைத் தமிழ்பாடசாலைக்குக் கூட்டிக் கொண்டு போகிறேன்" என்றார் மாமி.

அவர் கூறுவதும் சரிதான் என்று நினைத்த அவள் "சரி மாமி அப்படியே திவ்வியாவை முடிந்தால்

பூங்காவிற்குக் கூட்டிப் போங்கோ. நான் பொருட்கள் வாங்கி முடித்துவிட்டு சாமான்களை வீட்டில் வைத்து விட்டு அங்கு வருகிறேன். பிறகு எல்லோரும் சேர்ந்து இரவுச் சாப்பாட்டுக்கு வெளியே போவோம். மாமாவிடம் சொல்லிவிடுங்கோ" என்றாள்.

"ஓம் இந்துஜா மாமாவும் என்னுடன்தான் வருவார் நான் சொல்கிறேன்" என்றார் மாமி.

பொருட்கள் வாங்கிக் கொண்டிருந்த இந்துஜாவிற்கு ஏதோ அனந்தயனின் ஞாபகமாகவே இருந்தது. நிச்சயம் அவன் இலண்டன் வந்ததும் முதல் வேலையாக தன்னைத்தான் பார்க்க வருவான் என்று அவளுடைய மனம் சொன்னது.

தான் அவனைச் சந்திக்கும் போது அவனுக்கு பரிசு ஒன்று கொடுக்க வேண்டும் என்று நினைத்தாள். என்ன பரிசு வாங்குவது என்று தெரியாமலேயே தனது பொருட்கள் வாங்கும் நேரத்தின் பெரும் பகுதியை பரிசு தேடுவதிலேயே கழித்தாள்.

இறுதியில் அவனுடைய கனவு நகரம் இலண்டன் என்று அறிந்திருந்த அவள் இலண்டன் பாலம் போடப்பட்டிருந்த "இலண்டன் பாலம் தொடர்பான பாடல்" ஒன்று பொறிக்கப்பட்ட அழகிய ஒரு பொருளைப் பரிசாகத் தெரிவு செய்தாள்.

அந்தப் பாடல் சிறிய குழந்தைகளுக்கான பாடலாக இருந்தாலும் ஏதோ அந்தப் பாடல் வரிகள் அவளுடைய வாழ்க்கையை சம்பந்தப்படுத்தியது.

வீட்டுக்கு வந்து கொள்வனவு செய்த பொருட்களை எல்லாம் பத்திரமாக உரிய இடங்களில் வைத்துவிட்டு, திவ்வியா தன்னைத் தேடியபடி விளையாடிக் கொண்டிருப்பாள் என்ற நினைப்பில் வேகமாகப் பூங்காவை நோக்கிச் சென்றாள் இந்துஜா.

பூங்காவில் மாமாவும் மாமியும் அமர்ந்திருக்க திவ்வியா அவர்களுடன் பந்து எறிந்து விளையாடிக் கொண்டிருந்தாள். அவர்களுக்கு அருகில் சென்ற இந்துஜாவை கண்ட திவ்வியா "அம்மா" என்றபடி ஓடிவந்து கட்டிக்கொண்டு முத்தங்களை அள்ளிக் கொடுத்தாள். அவளுடைய செயற்பாடு வழமையானதாக இருந்தாலும் ஏதோ இன்று அதில் ஒரு வித்தியாசம் இருப்பதாக இந்துஜாவிற்கு தோன்றியது.

திவ்வியா இந்துஜாவை இறுகக் கட்டிப்பிடித்தவாறு முத்தங்கள் கொடுத்துக் கொண்டிருக்கும் அழகினை, சந்தோசத்தின் உச்சத்தில் பார்த்து இரசித்துக் கொண்டிருந்த மாமாவும் மாமியும் ஒருவரை ஒருவர் பார்த்து தங்களுக்குள் சிரித்துக் கொண்டனர்.

அவர்கள் நால்வரும் சேர்ந்து இராப்போசனத்திற்காக உணவகம் ஒன்றுக்குச் சென்றனர். அங்கு கூட்டம் அதிகமாக இருந்தது. ஒருவாறு இடம் ஒன்று கிடைக்க அதில் நால்வரும் அமர்ந்து கொண்டனர்.

அருகில் இருந்த மேசையில் அம்மா, அப்பா, திவ்வியாவுடைய வயதில் ஒரு பையன் எனக் குடும்பமாக உணவு அருந்திக் கொண்டிருந்தனர். அந்தப் பையனுக்கு அவன் அப்பாவும் அம்மாவும் மாறி மாறி உணவு ஊட்டிக் கொண்டிருந்தனர். அவன் இருவருடைய தோள்களிலும் கையைப் போட்டபடி விளையாடியபடியே சாப்பிட்டுக் கொண்டிருந்தான்.

அதனையே திவ்வியா ஏக்கத்துடன் பார்த்துக் கொண்டிருந்ததை இந்துஜா, மாமா, மாமி அனைவரும் கவனித்தனர். மாமாவும் மாமியும் ஒருவரை ஒருவர் பார்த்துக் கொண்டவாறே தங்களுக்குள் கண்களின் அசைவால் ஏதோ பரிமாறிக் கொண்டனர். மாமியும் இந்துஜாவும் அவளுக்கு ஊட்டிவிட, மாமாவும் வந்து

அவளுடன் விளையாடியபடி ஊட்டிவிட்டார். அவள் முகம் இப்போது மகிழ்ச்சியடைந்தது.

ஆனாலும் ஏதோ ஒரு கவலை திவ்வியாவின் மனதில் தோன்றியுள்ளது என்பதனை உணர்ந்தாள் இந்துஜா. அவளைக் கட்டி அணைத்தபடி அவளுக்கு உணவு ஊட்டிக் கொண்டிருந்தாள். மூவரிடமும் உணவு உண்டபடி இருந்த திவ்வியா இடைக்கிடையே அந்த மேசையில் இருந்த சிறுவனையும் அவனுடைய பெற்றோரையும் பார்ப்பதை இந்துஜா கவனித்தாள். இவ்வாறே இராப்போசனத்தை முடித்துக் கொண்டு நால்வரும் வீடு திரும்பினர்.

வீட்டிற்கு வந்த திவ்வியா தன்னை அடிக்கடி கட்டித்தழுவியபடி விளையாடுவதைப் பார்த்தாள் இந்துஜா. அவளுடைய செயற்பாடுகள் ஏதோ ஒரு மாற்றத்தினை இந்துஜாவிற்கு உணர்த்தியது.

"திவ்வியா உனக்கு படுக்கை நேரக் கதை சொல்கிறேன்" என்று அவளுடைய அறைக்கு கூட்டிக் கொண்டு போனாள். தனக்கு "பெப்பாப் பிக்" எனப்படும் சிறுவர்களிற்கான கார்டூன் கதை தான் வேண்டும்" என்றாள் திவ்வியா.

பொதுவாக அதனை அவள் விரும்பிக் கேட்பதில்லை ஏனென்றால் அதில் சிறார்களிற்குப் பிடித்த பிரபல 'பெப்பாப் பிக்" கார்ட்டூனில் வரும் தந்தைப் பன்றி பற்றி வரும்போது இந்துஜா தடுமாறுவதை அவள் பார்த்திருக்கிறாள். அதனால் திவ்வியா அதனை விரும்புவதில்லை. ஆனால் இன்று அவளே அதனைக் கேட்டாள். இது இந்துஜாவிற்கு வியப்பை ஏற்படுத்தினாலும், அவள் கேட்டபடியால் அந்தக் கதையை இந்துஜா சொன்னாள், அதனைக் கேட்டபடியே தூங்கி விட்டாள் திவ்வியா.

அவள் தூங்கினதும் தொலைக்காட்சி அறைக்கு வந்த இந்துஜா, தன்னுடைய தொலைபேசியை எடுத்து பிரவீன் அனுப்பிய படங்களை மீண்டும் மீண்டும் பார்த்தாள். அப்போது அவளுடைய தொலைபேசி ஒலித்தது. அதில் திவ்வியாவின் ஆசிரியர் அழைப்புச் செய்திருந்தார்.

"ஹலோ லொறேன் எப்படி?" என்றாள் இந்துஜா.

"நலம், நீங்களும் நலம் என்று நம்புகின்றேன். திவ்வியா இந்த வார இறுதியில் எப்படி உள்ளாள்?" என்றார் அவர்.

"ஓம் அவள் நன்றாக உள்ளாள் இப்பதான் தூங்கினாள்" என்றாள் இந்துஜா.

"நல்லது நான் உங்களை ஏன் அழைத்தேன் என்றால் அன்றியா நாளையிலிருந்து பாடசாலைக்கு வரமாட்டாள். அவளை வேறு பாடசாலைக்கு மாற்றுகிறார்கள். ஏனென்றால் அவளுடைய அம்மாவும் அப்பாவும் வேறு இடத்துக்கு வேலைக்காகப் போகிறார்கள். நாளைக்கு அன்றியா பாடசாலையில் இல்லாவிட்டால் திவ்வியா கவலைப்படுவாள் அதுதான் இரவிலேயே சொல்கிறேன்" என்றார்.

"ஓ அப்படியா உண்மையில் அவள் கஷ்டப்படுவாள் தான். ஆனால் நான் அதை ஒருவாறு சொல்லிச் சமாளிக்கின்றேன்" என்றாள் இந்துஜா.

"அது சரி! இப்போ எப்படி அவளுடைய அப்பா" என்றாள் இந்துஜா.

"ம்..., இன்னும் அந்த ஆள் அப்படித்தான். பிள்ளையுடன் கல்யாணம் செய்யும் போது சற்றுக் கவனம் தேவை. அவன் தன்னுடைய பிள்ளை மீதும் அன்பு செலுத்தக்கூடியவனாக இருப்பானா என்று பார்க்க

வேண்டும். அதுதான் உண்மையில் நல்லது. சரியான துணை அமைந்தால் பிள்ளையுடன் ஒருவர் கல்யாணம் செய்வதில் எந்தத் தவறும் இல்லை." என்றார் அவர்.

"அது சரிதான் பாவம் அன்றியா" என்றாள் இந்துஜா.

"இல்லை அவளுடைய அம்மா உங்களைமாதிரித் தான். நல்ல திடமான மனநிலை கொண்டவர். அதனால் நிச்சயம் அன்றியாவை பார்த்துக்கொள்வார். சரி பாடசாலை வேலைகள் கொஞ்சம் இருக்கு திவ்வியாவை தயார்ப்படுத்தி அனுப்புங்கள்" என்றபடியே இரவு வணக்கம் கூறி தொலைபேசியை துண்டித்தார் ஆசிரியர்.

அவருடன் கதைத்துவிட்டு அன்றியாவின் நிலையை எண்ணி சற்றுச் சிந்தித்தவாறே கண்மூடி அமர்ந்திருந்தாள் இந்துஜா. திடிரென்று விழித்தெழுந்தாள் வைபர் செய்தியின் சத்தத்தை கேட்டு. "திவ்வியாவின் சப்பாத்து அளவு என்ன?" என்று கேட்டு அனந்தயனிடமிருந்து செய்தி வந்திருந்தது. அதைப் பார்த்ததும் அவள் மனம் ஏதோ சந்தோசப்பட்டது. அதே நேரம் சிரிப்பாகவும் இருந்தது.

இவன் விடமாட்டான் போல இருக்கு என்று மனதுக்குள்ளே நினைத்துக் கொண்டவள், வேண்டாம் இதற்கு பதில் அனுப்ப வேண்டாம் என்று நினைத்துக் கொண்டாள். அப்படியே தனது தொலைபேசியை வைத்துவிட்டு தூங்கச் சென்றுவிட்டாள்.

அவளிடம் இருந்து பதில் வராததைப் பார்த்து அனந்தயன் ஏமாற்றம் அடைந்தான். ஆனாலும் ஏதோ அவனுடைய மனம் நேர்மறையாகவே சொல்லிக் கொண்டிருந்தது. போய் அவளைச் சந்தித்துப் பார்ப்போம் என்று கூறியது. திவ்வியாவின் வயதுக்கு ஏற்ற சப்பாத்துக்களை வாங்கிச் செல்வோம். ஏதோ இந்துஜா

என்னைப் புறக்கணித்தாலும் என்னுடைய மனம் இந்துஜாவையும் திவ்வியாவையும் சுற்றியே நிலைத்து நிற்கின்றதே என்று தன் மனதளவில் நினைத்துக்கொண்டான் அனந்தயன்.

அதேவேளையில் கஸ்தூரி செய்த செயற்பாடு அவனுக்கு ஏமாற்றத்தினை தந்திருந்தாலும், ஏனோ அது தன்னை அவ்வளவுக்கு பாதிக்கவில்லை என்று உணர்ந்து கொண்டான். கஸ்தூரி நடந்துகொண்ட விதமா அல்லது இந்துஜா தன்னை புறக்கணிக்கின்ற விதமா அதிகமாக தன் மனதினை புண்படுத்துகின்றது என்று பார்க்கும்போது அவனுடைய மனம் இந்துஜாவின் புறக்கணிப்பினாலேயே மிகவும் பாதிக்கப்பட்டுள்ளதனை உணர்த்தியது. இப்போது அவனுடைய மனம் ஏதோ ஒன்றினை அவனுக்கு சொல்ல முற்பட்டது. ஆனால் அது என்ன என்று அவனுடைய அறிவுக்கு எட்டவில்லை. இந்தத் தடுமாற்றத்துடன் உறங்கினான் அவன்.

தொடர்ந்து வந்த வெள்ளிக்கிழமை லண்டன் ஹீத்ரு சர்வதேச விமான நிலையத்தில் மூன்றாவது வெளியேறும்

பகுதியில் வந்து இறங்கினான் அனந்தயன். அவன் முழுமையாக நிறுவனத்தின் ஏற்பாட்டில் வந்திருந்தபடியால் குடிவரவு அலுவலர்களும் அவ்வளவுக்கு தொந்தரவு செய்யவில்லை. வேகமாக தனது பயணப் பைகளை அந்த சுற்றிக் கொண்டிருக்கும் பட்டியில் இருந்து எடுத்துக் கொண்டு வெளியேறும் பகுதிக்கூடாக வெளியில் வந்து இலண்டன் காற்றினைச் சுவாசித்தான்.

அவனுடைய வருகைக்காக காத்திருந்த அவனுடைய மாமா ஓடி வந்து அவனைக் கட்டித்தழுவி பயண சுகங்களை விசாரித்து அவனுடைய அப்பா, அம்மா பற்றியும் விசாரித்தபடி அவனை அழைத்துக் கொண்டு வாகனத்தரிப்பிடம் நோக்கி சென்றார்.

அவர் கொண்டு வந்திருந்த லைக்காமொபைல் சிம் அட்டை இனை அவனிடம் கொடுத்து இதை உன்னுடைய தொலைபேசிக்கு மாற்று. இதில் தான் நீ வீட்டுக்கு குறைந்த காசில் கதைக்கலாம் என்றார். அவன் அந்த சிம் இனை வாங்கி தன்னுடைய தொலைபேசி இல் போட்டு முதலில் இந்துஜாவிற்கு தான் வந்து இறங்கி விட்டேன் என்று செய்தி அனுப்பினான். பின்னர் அம்மாவுக்கு அழைப்பு செய்து தான் சுகமாக வந்து சேர்ந்ததையும் மாமாவின் வீட்டுக்குப் போவதையும் சொல்லி தொலைபேசியை வைத்தான்.

இரண்டு நிமிடத்தில் அவனுடைய தொலைபேசியில் செய்தி வரும் சத்தம் கேட்டது. "என்னடா அனந்தயன் இப்போதான் தொலைபேசியில் சிம் இனை போட்டாய். ஆனால் அதற்குள் உனக்கு குறுஞ்செய்தி வருகிறது" என்றார் மாமா. அந்தக் குறுஞ்செய்தி இந்துஜாவிடம் இருந்து வந்தை பார்த்த அனந்தயன் தன்னுடைய மாமாவின் கேள்விக்கு என்ன சொல்வது என்று தெரியாமல் முழித்தான்.

"ஓ லைக்கா மொபைல்காரன் ஏதாவது விளம்பரச் செய்தி அனுப்பி இருப்பானாக்கும்."; என்றார் அவர்.

அதனைப் பயன்படுத்திய அனந்தயன் "ஓம் மாமா" என்ற படியே இந்துஜாவிடம் இருந்து வந்த குறுஞ்செய்தியை வாசித்தான். "இலண்டனுக்கு வரவேற்கின்றோம்" என்று அனுப்பியிருந்தாள்.

"என்ன மாமா இரவு ஒன்பது மணி தாண்டியும் இப்போதுதான் பின்னேரம் போல இருக்கிறதே?" என்றான் அனந்தயன். "ஓமடா இங்கே இப்பொழுது கோடை தானே தாமதம் ஆகத்தான் இருட்டும்" என்றார். அனந்தயன் வியந்தபடி தனது கனவு நகரத்தினைப் பார்த்துக் கொண்டே சென்றான்.

மறுநாள் சனிக்கிழமை பின்னேரம் மூன்று மணி. இந்துஜா சொன்ன விக்டோரியா புகையிரத நிலையத்தில் அவள் சொன்ன கோப்பிக் கடையை நோக்கி மிகுந்த எதிர்பார்ப்புடன் கையில் திவ்வியாவிற்கும் அவளுக்கும்

வாங்கிய பொருட்களை எடுத்துக் கொண்டு நடந்து சென்று கொண்டிருந்தான் அனந்தயன்.

அவனுடைய கண்களுக்கு தூரத்தில் அந்தக் கோப்பிக் கடை தெரிந்தது. வேகமாக அதனை நோக்கி நடந்தவனுக்கு ஒரு இளம் ஜோடி செய்த விடயம் அவனை ஒரு நிமிடம் திரும்பிப் பார்க்க வைத்தது.

அவன் முழங்காலில் இருந்தபடி அவளுக்கு ஒரு ரோஜாச் செண்டினை நீட்டினான். அதனை முகமலர்ச்சியுடன் அவள் வாங்கி, அவனை கட்டிப்பிடித்து வாயுடன் வாய் வைத்து முத்தம் இட்டாள். அவர்களுடைய இந்த வேகமும் இந்த செயற்பாடும் ஆங்கிலப் படத்தில் வருகின்ற மாதிரியே இருக்கிறது. "சீ சீ" ஆனாலும் இப்படி இதனை நடு வீதியில் செய்கிறார்களே! என்று சிந்தித்தவன், தான் மட்டுமே இவர்களை இப்படி பார்த்துக் கொண்டிருக்கிறேன் ஆனால் மற்றவர்கள் யாரும் அதனைப் பொருட்படுத்தாமலே செல்வதை விநோதமாகப் பார்த்தான். இங்கெல்லாம் இது சகஜம் போல. இப்படி இருக்கும் காதல் தான் வாழ்க்கையாக இருக்கிறது என்று தன் மனதுக்குள்ளே நினைத்தவனுக்கு ஒரு யோசனை உதித்தது.

தனது தலையை திருப்பி சுற்று முற்றும் தேடியவனுக்கு அந்த இடம் தென்பட்டது. வேகமாக அந்த இடத்திற்கு ஓடிப்போய் தானும் ஒரு ரோஜா செண்டினை வாங்கினான். அவள் இதனை ஏற்றுக் கொண்டால் அவள் மனதில் என்மேல் காதல் இருப்பதை உணரலாம். அதற்குப் பிறகு இந்தப் படங்களைக் காட்டுவோம் என்று அவனுடைய மனம் கூறியது.

அவ்வாறு நினைத்தபடி அவன் வேகமாக இந்துஜா சொன்ன அந்த கோப்பிக் கடைக்கு நேரே சென்றவனுடைய

கண்கள் மலர்ந்தன. அவளுடைய முகம் தான் புகைப்படத்திலும் பேஸ் ரைமிலும் பார்த்ததை விட மிகவும் புத்துணர்ச்சியாகவும் மனதை கொள்ளை கொள்ளும் அழகாகவும் தூரத்தில் தெரிந்தது. அந்த அழகை கண்களுக்குள் அவனால் கட்டுப்படுத்த முடியவில்லை. அவனுடைய உடம்பினுள் ஏதோ மாற்றம் ஏற்படுவது போல் உணர்ந்தான். மற்றவைகள் எல்லாம் மங்கலாகவும் அவளுடைய முகம் மட்டும் தெளிவாகத் தெரிவது போலவும் உணர்ந்தான். ஒரு கணம் அவனை அறியாமலேயே அந்த இடத்திலேயே நின்றபடி தூரத்தில் கதிரை ஒன்றில் ஒரு தேவதை போல் அமர்ந்திருந்த அவள் அழகை இரசித்துக் கொண்டிருந்தான். அவனுடைய உடல் எங்கும் உஷ்ணம் பரவுவதை உணர்ந்தான். அவளுடைய முகத்தில் தெரிந்த பிரகாசம், தான் வாழ் நாட்களில் பார்த்த பெண்களில் இல்லாத ஒன்று இவளிடம் இருப்பதாக அவனுக்குத் தோன்றியது.

அவளுடைய அழகில் தன்னை மறந்து கிடந்தவன் இப்போது சற்று கண்களைத் திருப்பி அவளுக்கு அருகில் இருந்தவர்களைப் பார்த்தான். ஒரு கணம் அதிர்ந்து போனான். அவனுடைய கையில் இருந்த பை அவனை அறியாமலே கீழே விழுந்தது. அவன் கண்களையே அவனால் நம்ப முடியவில்லை, இந்துஜா கதைத்துக் கொண்டிருந்தது கஸ்தூரியுடன்!!! எப்படி கஸ்தூரி இங்கே? அவள் எப்படி இந்துஜாவுடன் கதைத்துக் கொண்டிருக்கின்றாள்? எப்படிச் சாத்தியம்? அவள் இந்தியாவிற்கு தானே போனாள். அத்தையும் அப்படித்தானே சொன்னார். அவளுடைய முகநூலிலும் அப்படித்தானே போட்டிருந்தாள்.... என்று மனம் முழுமையாகக் குழம்பியது. என்ன நடக்கிறது என்றே அவனுக்கு விளங்கவில்லை.

கஸ்தூரி தனது கையால் ஒருவனுடைய முதுகைத் தட்டினாள். அவனை உற்று நோக்கிய அனந்தயனுக்கு மேலும் அதிர்ச்சி காத்திருந்தது. அவன் ஒருகணம் ஆடிப்போனான். அவனை அறியாமலேயே வேர்த்துக் கொட்டியது. கால் முன்னேற மறுத்தது.

அப்படியே அங்கே நின்றபடி, எப்படி அந்த, டொயாட்டா மொன்ரிறோ ஜீப் காரன் இவர்களுடன்? கஸ்தூரி இப்படி அவனுடன் சகஜமாகக் கதைக்கிறாளே! இங்கு என்ன நடக்கின்றது? என்று குழம்பினான்.

குழப்பத்தின் உச்சத்திற்கே சென்ற அனந்தயனுக்கு மேலும் பேரதிர்ச்சியை கொடுத்தது அவனுக்கு வந்த தொலைபேசி அழைப்பு. தனது தொலைபேசி அழைப்பு மணி செய்ய, அதனை கையில் இருந்த மீதிப் பொருட்களை எல்லாம் கீழே வைத்து விட்டு வேகமாக எடுத்தான்.

தொலைபேசி இந்துஜாவிடம் இருந்து வந்திருந்தது. ஆனால் இந்துஜாவோ முன்னால் இருந்தாள். ஆனால் அவள் இலக்கத்தில் இருந்து இவனுடைய தொலைபேசிக்கு அழைப்பு. இது எப்படி என்று விளங்கவில்லை அவனுக்கு. அந்தக் அழைப்புக்கு பதில் கூறவே தயங்கினான் அவன்.

எந்தச் சலனமும் இன்றி, முன்னால் இந்துஜா, கஸ்தூரி மற்றும் அந்த நபர் கதைத்துக் கொண்டிருந்தார்கள். இந்துஜாவின் கைகள் மேசையிலேயே இருந்தது. எப்படி அவளுடைய தொலைபேசியில் இருந்து அழைப்பு வருகின்றது என்ற சிந்தனையில் இருந்தான், வந்த அழைப்பும் அவன் எடுக்காத படியால் நின்று விட்டது.

மீண்டும் அந்த இலக்கத்துக்குத் தானே அழைப்பு செய்து பார்ப்போமா என்று நினைத்தான். ஆனாலும் அவனுடைய குழப்பமான மனநிலை எந்த முடிவினையும் அவனை எடுக்க விடாமல் தடுத்தது.

எல்லாமே அவனுக்குப் புதிராக இருந்தது. சரி அருகே போய்ப் பார்ப்போம். அப்போது தான் இந்த புதிர்களுக்கெல்லாம் விடைகிடைக்கும் என்றபடி கீழே இருந்த பொருட்களை மீண்டும் கையில் எடுக்க முற்பட்டான் அனந்தயன். அப்போது மீண்டும் இந்துஜாவின் இலக்கத்தில் இருந்து அழைப்பு வந்தது. இந்துஜாவை நோக்கினான், இப்போதும் அவளுடைய கைகள் மேசையின் மேல்தான் இருந்தன. ஆனால் அவளுடைய இலக்கத்தில் இருந்து எனக்கு யார் அழைப்பு எடுக்கிறார்கள் என்று அனந்தயனின் மனம் தடுமாறியது.

சரி இதனை எடுத்துத்தான் பார்ப்போமே என்று நினைத்தபடி பதில் கூறினான்; அனந்தயன்.

"வணக்கம் மாமா", என்று ஒரு சிறுமியின் குரல்.

குரலில் இருந்து புரிந்து கொண்டான் இது திவ்வியாவாகத் தான் இருக்கும் என்று.

"வணக்கம் சொல்லுங்கோ" என்றான் அனந்தயன்.

"நான் திவ்வியா. இந்துஜாஅம்மா எனக்கு வேணும். எனக்கு மட்டும் தான் வேணும். எனக்கு அவ மட்டும் தான் இருக்கிறா. என்னுடைய அப்பா அம்மா என்னை விட்டுப் போய்விட்டார்கள். இந்துஜாஅம்மா, என்னுடைய அம்மாவின் தங்கை. என்னைக் காப்பாற்றி வளர்க்கிறார், அவர்தான் எனக்கு எல்லாம். அவரை நீங்கள் எடுக்கக் கூடாது. நான் அவ இல்லாமல் இருக்கமாட்டேன். அம்மா அவருடைய தொலைபேசியை மறந்துபோய் விட்டுவிட்டு உங்களைப் பார்க்க வந்துவிட்டா. ஒருவேளை அவ உங்களை ஏற்றுக்கொண்டாலும் நீங்கள் எனக்காக வேண்டாம் என்று சொல்லுங்கோ தயவுசெய்து, தயவுசெய்து நீங்கள் சொல்லுவீங்கதானே?" என மிகுந்த படபடப்புடன் தனது செல்லக் குரலில் கேட்டாள் திவ்வியா.

அவள் இதனை சொல்லிக் கொண்டிருக்கும் போது தான் அவனுக்கு பல உண்மைகள் இந்துஜாவைப் பற்றி தெரியவந்தது. அவளுடைய தியாகம் அவள் மேல் அதிகமான மதிப்பினை அவனுக்கு உருவாகச் செய்தது. அவளுடைய தியாகத்தை மனதுக்குள்ளேயே பாராட்டி இவள் உண்மையில் இந்தப் பூவுலகின் தேவதைதான். அழகில் மட்டுமல்ல உள்ளத்திலும் என்று நினைத்துக் கொண்டான்.

மௌனமாக இருந்தவனை "சொல்லுவீங்கதானே" என்று மீண்டும் திவ்வியா கேட்டவுடன் தனது மௌனத்தைக் கலைத்து "ஓம் செல்லம் நிச்சயமாக சொல்லுகிறேன் உங்கள் அம்மா உங்களுக்கு மட்டும்தான். அவளின் நண்பனாக மட்டுமே நான் இருக்கிறேன். உனக்கு பரிசு எல்லாம் வாங்கிக் கொண்டு வந்திருக்கிறேன். அதனை அம்மாவிடம் கொடுத்துவிடுறேன், வாங்கிக்கொள்" என்றான் அனந்தயன். அவன் கண்கள் பனித்திருந்தன. "சரி சரி நல்லது மாமா" என்று பலமாகச் சிரித்தபடி தொலைபேசியைத் துண்டித்தாள் திவ்வியா.

இந்துஜாவை இப்போது ஒருவித மதிப்புடனும் பெருமையுடனும் பார்த்தான் அனந்தயன். ஆனாலும் இங்கு கஸ்தூரி, இந்துஜா மற்றும் அந்த நபர் எவ்வாறு ஒன்றாக வந்தார்கள்? என்று தன் மனதைப் போட்டுக் குழப்பிக் கொண்டான். தொலைபேசியை வைத்துவிட்டு தனது பொருட்களை எடுத்தவன் தனது கையில் இருக்கும் ரோஜாச் செண்டு ஞாபகத்திற்கு வர இதனை இந்துஜாவுக்கு கொடுக்கக்கூடாது, திவ்வியாவின் வார்த்தைகளில் ஏக்கம் இருக்கிறது. அதனால் தான் இந்துஜா தன்னை கல்லாக்கி இருக்கிறாள். இந்தப் படங்களை எல்லாம் இவளுக்குக் காட்டக் கூடாது என்று நினைத்த அவன் தன்னுடைய விருப்பங்களை மனதிலேயே புதைத்தான்.

இந்துஜாவின் தியாகத்திற்கு முன்னால் என்னுடைய விருப்பம் எல்லாம் எம்மாத்திரம் என்று தன்னைத்தானே கேட்டபடி அவர்களை நோக்கி நகர்ந்தான்.

அவனைக் கண்ட கஸ்தூரி "வணக்கம் உன்னைத்தான் எதிர்பார்த்துக் கொண்டிருக்கிறோம்" என்றவள் "என்ன கையில் ரோஜாப் பூவெல்லாம் எனக்காகவா?" என்றபடி தனது அருகில் இருந்த அந்த நபரைப் பார்த்து "வாங்கவா" என்றாள். அவனும் சம்மதித்து தலையாட்டி அனந்தயனைப் பார்த்து ஒரு கண்சிமிட்டலூடன் சிரித்தான்.

இந்துஜாவோ வைத்த கண் வாங்காமல் அனந்தயனைப் பார்த்துக் கொண்டேயிருந்தாள். அவளுடைய பார்வையில் ஏக்கம் ஒன்று தெரிந்தது. அவளைக் கண்டதும் கட்டி அணைக்க வேண்டும் போல் அனந்தயனுக்குத் தோன்றியது. ஆனாலும் திவ்வியா சொன்ன வார்த்தைகள் அவனுடைய காதில் ஒலித்தன.

ஒரு கணம் என்ன செய்வது என்று தெரியாமலேயே அவன் நின்றான். "ஏன் நீ பேய் அறைந்தவன் போல இருக்கிறாய். இவர் என்னுடைய மேலதிகாரி, உனக்கு இவரைப் பற்றி அடிக்கடி சொல்லி இருக்கிறேன். இவருடைய விருப்பத்தினை நான் ஏற்றுவிட்டேன். இப்ப நாங்கள் காதலர்கள்" என்றாள் கஸ்தூரி.

அனந்தயனுக்கு அவளுடைய அந்த வார்த்தைகள் அவனுடைய முகத்தில் ஓங்கி அறைந்த மாதிரி இருந்தது.

"உன்னை நான் காதலித்ததிலிருந்து உன்னை நான் கவருவதற்கு எடுத்த அத்தனை முயற்சிகளுக்கும் ஒரு நண்பனாக இவர்தான் எனக்கு உதவினார். ஆனாலும் என்னை இவர் ஒருதலைப்பட்சமாகக் காதலித்துக் கொண்டிருந்தார்" என்றாள் கஸ்தூரி.

"தான் காதலிக்கும் பெண் உண்மையில் வேறு ஒருவரைக் காதலிப்பதனை அவர் மறுக்கவில்லை. அதற்கு உதவி கூடச் செய்தார். தான் காதலிக்கும் பெண்ணுடைய விருப்பத்தை நிறைவேற்றுவதே உண்மையான காதல் என்று எனக்குச் சொல்வார். அதனையே எனக்கும் புரியவைத்தார். இவரை நீ பல தடவைகள் சந்தித்தும் இருப்பாய். ஆனால் உனக்கு இவரை தெரிந்திருக்க வாய்ப்பில்லை. அவர் எனக்கு உணர்த்திய உண்மைதான் உன்னைப் புரிந்து கொள்ள எனக்குச் சந்தர்ப்பம் தந்தது. உனக்கும் இந்துஜாவிற்கும் உள்ள தொடர்பை எனக்கு பிரவீன் தான் சொன்னான்" என்றாள்.

"உண்மைதான் நீ சொல்வது போல் உணர்ச்சிக் காதலை விட உணர்வுக் காதல் உயர்ந்ததுதான். அதுதான் நீண்ட கால சந்தோசத்தைத் தரும். உன்னுடைய உணர்வுபூர்வமான காதல், இறுதி யுத்தத்தில் இவள் தன்னுடைய மானத்தைக் காப்பாற்றக் கைக் குழந்தையோடு போராடிக் கொண்டிருக்கிற போது, உனது உணர்வு உன்னுடைய சட்டை (மேற் சட்டை) மூலம் அவளுடைய மானத்தை அன்று காத்ததிலிருந்து ஆரம்பமாயிருக்கு. தன்னுடைய மானத்தைக் காப்பாற்றியவன் தன்னைத்தேடி வருவான் என்று ஏதோ ஒரு நம்பிக்கையில் இங்கு இவள் காத்திருந்தாளே இதுதான் உண்மையான காதல்" என்று கண்களில் நீர் அருவியாக கொட்டியபடி தொடர்ந்தாள் கஸ்தூரி.

அவள் சொல்லச் சொல்ல அனந்தயனுக்கு தன்னைச் சுற்றி நடந்த சதுரங்க ஆட்டம் இப்போது மெல்ல மெல்ல விளங்க ஆரம்பித்தது.

கஸ்தூரி அழுவதைக் கவனித்த அவளுடைய மேலதிகாரி (காதலன்) அவளுடைய தோள்களை

அரவணைத்தபடி, "அனந்தயன் உங்களுடைய காதலில் இருந்த உண்மையை அறிந்த பிரவீனும், கஸ்தூரியும் உன்னை இங்கு வரவழைக்க எட்வேர்ட் ஐயா மூலமும், என் மூலமும் திட்டம் தீட்டினார்கள். அதன் விளைவுதான் இன்று நீ இங்கு நிற்கின்றாய்" என்றார்.

"இங்கு வந்த கஸ்தூரியும் நானும் இந்துஜாவைச் சந்தித்து உண்மை நிலமையை விளங்கப்படுத்தி அவருடைய சந்தேகங்களுக்கு ஒரு சரியான ஆலோசனை கொடுத்தோம். அதனால் தனது காதலை மனதில் வைத்து புதைக்க முற்பட்ட இந்துஜாவும் தன்னுடைய முடிவை மாற்றச் சம்மதித்தாள். அதற்கு உண்மையில் கஸ்தூரி மிகவும் போராடினாள். இந்த தியாக மனம் கொண்ட இந்துஜா உன்னுடைய வாழ்வில் வருவது உண்மையில் உனக்கு பாக்கியம்தான். அது போல் நீயும் நல்ல தியாக மனம் கொண்டவன் தான். நீயும் அவளுக்கு மிகப் பொருத்தமானவன்" என்றார் அவர்.

அனந்தயனையே வெறித்துப் பார்த்தபடி இதையெல்லாம் கேட்டுக் கொண்டிருந்தாள் இந்துஜா.

அவளைப் பார்த்தபடி இருந்த அனந்தயனுக்கு அவளைக் கட்டிப்பிடித்து நான் உன்னைக் காதலிக்கிறேன் என்று சொல்லத் தோன்றியது. அதை அவள் ஏற்றுக் கொள்வாளா? அல்லது அவளுடைய இந்தப் பார்வை இவர்களெல்லாம் என்ன சொன்னாலும் என்னைத் திவ்வியாவிடம் இருந்து பிரித்து விடாதே என்று தன்னிடம் கேட்கின்றதா? என்று தெரியாமல் தடுமாறினான்.

மீண்டும் மீண்டும் திவ்வியா அவனிடம் கேட்டது அவனுக்கு நினைவுக்கு வந்தது. அவனுடைய இந்தத் தடுமாற்றத்தினைப் பார்த்துக் கொண்டிருந்த இந்துஜா

அனந்தயனின் மனதில் என்ன தடுமாற்றம் என்று தெரியாமல் குழம்பிய மனநிலையில் இருந்தாள். ஆனாலும் அவனுடைய கண்களில் காதல் இருப்பதை அவளால் உணரமுடிந்தது. இருந்தாலும் அவனுடைய கண்கள் ஏதோ அவளுக்குச் சொல்லத் துடிப்பது போல் தோன்றியது.

அவனை முதன் முதலாக நேரே பார்த்த அவள், தன்னை இதுவரையும் மனதினால் ஆட்கொண்டவன் என் எதிரே. ஆனால் அவனுடைய கண்கள் அவன் நிதானமாக இல்லை என்பதை அவளுக்குக் கூறிக் கொண்டிருந்தது.

"என்ன அனந்தயன்?" என்றாள் கஸ்தூரி.

கஸ்தூரியை உற்றுப்பார்த்தான் அனந்தயன். இவள் தானே இத்தனை ஆண்டுகளாக என்னை விடாமல் காதலித்தாள். ஆனால் என்னுடைய எண்ணத்தில் உண்மையில் வேறு ஒருத்தி இருக்கிறாள் என்று தெரிந்ததும், அந்தக் காதலின் ஆழம் அறிந்து தான் காதலித்தவன் அவனுடைய சந்தோசத்தினை முழுமையாக அடைய வேண்டும் என்று தன் காதலைக் கூட ஒதுக்கிவைத்து விட்டு என்னுடைய காதலுக்காக இவ்வளவு முயற்சிகளை எடுத்துள்ளாளே! இவளுடைய தியாகத்தினை எப்படிச் சொல்வது? எப்படி இவளால் இந்த தியாகத்தினை அதே சிரித்த முகத்துடன் செய்ய முடிகின்றது? என்று தன்னைத்தானே கேட்டுக் கொண்டான்.

தான் காதலிக்கும் காதலியின் விருப்பத்தை நிறைவேற்ற முயற்சி செய்த கஸ்தூரியின் காதலனையும் பார்த்தான். இவர்கள் எல்லோரும் இவ்வளவு தியாகங்களையும் செய்யும் போது ஏன் இந்தச் சுட்டி திவ்வியாவிற்காக எனது காதலை நான் தியாகம் செய்யக்கூடாது. இவர்கள்

அனைவரினதும் தியாகங்களுக்கும் முன், தான் எதுவும் செய்யவில்லையே என்று பலவாறு சிந்தித்தவனாக தனது மனதை ஒரு நிலைப்படுத்தினான். தன் கண்களை இறுக மூடி அந்த முகநூலில் பார்த்த அந்த அழகிய முகத்தை ஞாபகத்திற்கு கொண்டு வந்தான். அந்த முகத்தின் கள்ளமற்ற குறும்புத்தனமான சிரிப்பை என்றும் அதற்குக் கொடுக்க வேண்டும் என்ற நினைப்புடன் தன் கண்களைத் திறந்து அனைவரையும் பார்த்து தனது உதடுகளை விரித்துச் சிரித்தபடி.......

"ஹேய் நண்பர்களே, நான் இன்று மிகவும் ஆச்சரியத்தில் உள்ளேன். ஆனால் எல்லாமே நன்மைக்குத்தான்" என்றபடி "நீங்கள் நினைப்பது மாதிரி இல்லை. இந்துஜா என்னுடைய....." என்று ஏதோ சொல்ல வந்தவனை அவனுடைய தொலைபேசி ஒலி நிறுத்தியது.

மீண்டும் இந்துஜாவின் தொலைபேசியில் இருந்து அழைப்பு வந்தது. அவனுடைய கண்கள் விரிந்தன. முகம் மாற்றம் கண்டது. தனது தொலைபேசியைப் பார்த்துக் கொண்டிருந்தான் அனந்தயன். அவனிடம் ஏற்பட்ட மாற்றத்தினை அவதானித்த இந்துஜாவின் மனதில் பதட்டம் ஏற்பட்டது. அவ்வாறே கஸ்தூரியும் பதட்டத்துடன் காணப்பட்டாள்.

"என்னை மன்னித்துவிடுங்கள்" என்றுகூறி தனது தொலைபேசியை காதில் வைத்தபடி சற்று விலகிச் சென்றான் அனந்தயன். அவனுடைய அந்த செயற்பாடு அனைவருக்கும் வியப்பை ஏற்படுத்தியது.

"ஹலோ திவ்வியா குட்டி" என்றான் அனந்தயன். மறுமுனையில் ஒரு மௌனம்.

"மீண்டும் திவ்வியா தானே என்றான் கொஞ்சம் பலமாக". கல கல என்று அந்த அழகிய சிரிப்பினை உதிர்த்தபடியே

"ஹலோ அனந்தயன்அப்பா" என்றாள் திவ்வியா. ஒரு கணம் நிலைதடுமாறிப் போனான். அந்த வார்த்தைகளில் இருந்த மந்திரம் அவனை முற்றாக நிலைகுலையச் செய்தது. "அனந்தயன்அப்பா, இந்துஜாஅம்மாவும் மாமா மாமியும் எனக்கு உங்களைப்பற்றி முதலிலேயே நிரம்பச் சொல்லி இருக்கிறார்கள். எனக்கும் உங்களை நிரம்பப்பிடித்திருக்கிறது. நீங்கள் அனுப்பிய உடையினைத் தான் இப்பவும் போட்டிருக்கிறேன். எனக்கு அது மிகவும் பிடிக்கும்" என்றாள் சுட்டித் திவ்வியா. 'மாமாவும் மாமியும் உங்களை என்னுடைய அப்பாவாக ஏற்றுக்கொள்ள முடியுமா?" என்று கேட்டார்கள். முதலில் எனக்குக் குழப்பமாக இருந்தது. ஆனால் இந்துஜாஅம்மாவுக்கு உங்களை ரொம்பப் பிடிக்கும் என்றார். அம்மாவின் முகத்தில் அதிக சந்தோசத்தினை அப்போது பார்த்தேன். அதனால் எனக்கும் உங்களைப் பிடித்திருக்கு" என்றாள் தனது கொஞ்சும் குரலில்.

அவளுடைய வார்த்தைகள் அவனுடைய கண்களில் கண்ணீரை அருவியாகக் கொட்ட வைத்தது.

"நீங்கள் அம்மாவுக்குப் போர்த்திவிட்ட சட்டை (மேற் சட்டை) இனைப்பற்றி அடிக்கடி எனக்குச் சொல்லுவா. அதனை எப்போதும் கவனமாக வைத்திருப்பா. இன்றைக்குக் கூட அதனைப் போட்டுக் கொண்டுதான் உங்களைச் சந்திக்க வேண்டும் என்று வந்திருக்கிறா" என்றாள் திவ்வியா.

திவ்வியா சொல்லிக் கொண்டிருக்கும் போதே இந்துஜாவைத் திரும்பிப் பார்த்தான். அந்த ரி.எம்.லூவின் நிறுவனத்தின் நீல நிற சட்டை (மேற் சட்டை) இனையும் தான் அனுப்பிய பாவாடையையும் போட்டிருந்தாள் இந்துஜா. அவளுடைய கண்கள் காதலை முழுமையாக வெளிகாட்டியபடி இருப்பதை கண்ணீரால் வெள்ளமாகிய கண்களால் அப்போது அவனுக்குப் பார்க்க முடிந்தது.

"அனந்தயன் அப்பா உங்களுக்கு நானும் ஒரு பரிசு அனுப்பியுள்ளேன். இந்துஜா அம்மாவின் கைகளில் இருக்கும் பாருங்களேன்" என்றாள். "இது இந்தக் குட்டித் திவ்வியாவின் முதலாவது பரிசு. நிச்சயம் அது உங்களுக்குப் பிடிக்கும்" என்றாள்.

முதன்முதலாக ஒரு தந்தையின் ஸ்தானம் எப்படி இருக்கும் என்று உணர்ந்தான் அனந்தயன். உலகில் எந்தச் செல்வமும் தரமுடியாத ஈடு இணையற்ற சந்தோசத்தினை ஒரு குழந்தை "அப்பா" என்னும்போது கிடைக்கும் என்பதனை உணர்ந்து கொண்டான் அனந்தயன்.

அவன் கண்களில் கண்ணீர் ஆறாக ஓடிக் கொண்டிருக்க "நான் உங்களை நேசிக்கிறேன் அப்பா" என்றாள் திவ்வியா. தான் முகநூலில் பார்த்து தன்னைக் கொள்ளை கொண்ட அந்த அழகிய முகத்தின் சொந்தக்காரியின் குரல் தன்னை அப்பா என்றழைப்பதை அவன் எண்ணிப்பார்க்கவே இல்லை. இதுதான் என் வாழ்க்கையின் அர்த்தமா! கடவுளே உனக்கு நன்றி என மனதில் கூறினான் அனந்தயன்.

"நான் உன்னை நேசிக்கிறேன்செல்லம். நீயேதான் என் உயிர். உன் அம்மாதான் என் வாழ்க்கை. நீங்கள் தான் எனது பூமியின் சொர்க்கம்" என்றான் உணர்ச்சி பொங்கிய நிலையில். அவளும் சிரித்துக் கொண்டே "நல்லது அப்பா" என்றாள்.

அனந்தயன் கண்ணீர் சிந்திக் கொண்டே யாருடனோ கதைப்பதைத் திகைப்புடன் பார்த்துக் கொண்டிருந்த இந்துஜாவை நோக்கி நேரே வந்த அனந்தயன். இரண்டு கால்களையும் மடித்து அவள் முன் உட்கார்ந்து தன் கையில் இருந்த ரோஜாச் செண்டினைக் கொடுத்தவாறு "நான் உன்னைக் காதலிக்கிறேன்" என்றான். ஆனால்

இப்போது அந்த நிலையத்தில் இருந்த அனைவருடைய கவனமும் அவர்களுடைய பக்கம் திரும்பியது. ஏனெனில் அவ்வளவு சத்தமாக "நான் உன்னைக் காதலிக்கிறேன்" என்று சொல்லி இருந்தான் அனந்தயன்.

அதனைச் சற்றும் எதிர்பார்க்காத இந்துஜா அவன் கொடுத்த ரோஜா செண்டை வாங்கிக்கொண்டு "நான் உன்னைக் காதலிக்கிறேன் என் இனிய இதயமே" என்றவள், அவனை இரு கைகளாலும் அணைத்து தூக்கியபடி இறுக்கக் கட்டிக் கொண்டாள். அவளைக் கட்டி அணைத்த அனந்தயன், அவளுக்குத் தன்னுடைய ஆசை தீர முத்தங்களைக் குவித்துத் தள்ளினான். தனது தலையை திருப்பி கஸ்தூரியைப் பார்த்தான்.

அவள் தன்னுடைய வருங்காலக் கணவரை இறுக அணைத்தபடி அனந்தயனைப் பார்த்துக் கொண்டிருந்தாள். தன்னுடைய காதலை தன் மனதுக்குள் புதைத்து விட்டு தன்னை மனதார வாழ்த்துகின்ற அவளுடைய கண்களை பெருமையோடு பார்த்தான். அவளுக்கு இந்த உலகில் உள்ள எல்லாச் செல்வங்களும் கிடைக்க வேண்டும் என்று கடவுளை வேண்டிக் கொண்டான் அனந்தயன்.

அங்கு இருந்த அனைவருடைய கைதட்டல் ஒலி அந்த விக்டோரியா புகையிரத நிலையத்தினையே அதிர வைத்தது. அந்த ஒலி அனந்தயனை மீண்டும் ஒரு நிலைக்குக் கொண்டு வந்தது.

"அனந்தயன்அப்பா" என்றபடி ஓடி வந்து அவனைக் கட்டிப்பிடித்தாள் திவ்வியா. அவளை மாமாவும் மாமியும் அங்கு கூட்டி வந்திருந்தனர். அதனைச் சற்றும் எதிர்பாராதவன் அவளை இறுகக் கட்டி அணைத்தான். இதனைப் பார்த்த இந்துஜா மிகவும் சந்தோசம் அடைந்தாள்.

அப்போது அங்கு வந்திருந்த அனந்தயனின் மாமா தன்னுடைய தொலைபேசியினை அவனிடம் நீட்டினார். அவரையும் அங்கு கண்டு அதிர்ந்தான். அப்படியே அவர் நீட்டிய தொலைபேசியைக் காதில் வைத்தான் அனந்தயன்.

"மகனே அனந்தயா உன்னுடைய முடிவு எங்களைப் பெருமைப்படச் செய்திருக்கிறது. கல்யாணம் சொர்க்கத்தில் நிச்சயிக்கப்படுவது என்பார்கள். நிச்சயம் அது உண்மைதான். உன்னுடைய முடிவு அந்தக் குழந்தைக்கு நிச்சயம் அதனுடைய வாழ்க்கையில் சொர்க்கத்தினைக் காட்டும். நாங்கள் ஆசீர்வதிக்கிறோம்" என்றார் அப்பா, "பிரவீன் வந்து எல்லா விடயங்களையும் தெளிவுபடுத்தி இருந்தான்" என்றார் மேலும். அனந்தயனால் இதனை நம்பவே முடியவில்லை.

தொலைபேசியினை மீண்டும் மாமாவிடம் கொடுத்துவிட்டு திவ்வியாவை அலேக்காகத் தூக்கி முத்தங்களை வழங்கினான். "இனி மேல் அனந்தயன்அப்பா, இந்துஜாஅம்மா என்று கூப்பிடக்கூடாது. நாங்கள் தான் உன்னுடைய அப்பா அம்மா" என்றபடி இந்துஜாவையும் இறுக அணைத்துக் கொண்டு அங்கு நின்றிருந்த அனைவருடைய கைதட்டலுக்கு மத்தியில் தன்னுடைய தொலைபேசியினை எடுத்து தங்களை செல்பி ஒன்று எடுத்தான். தன்னுடைய நீண்டகால எண்ணமொன்று இன்று பலருடைய வாழ்த்துகளுக்கு மத்தியில் இங்கு ஈடேறுவதை மிக மன நிறைவுடன் அனுபவித்தான் அனந்தயன். இன்று திவ்வியாவின் முகத்தில் புதிதாக மலர்ந்த சந்தோசமும் மன நிறைவும், தங்களுக்கு ஒரு குழந்தை வரம் வேண்டும் என்று கோயில்கள் குளங்கள் எல்லாம் ஏறி ஏறி அலைவோருக்கு தனக்கு அம்மா அப்பா வேண்டும் என்று ஏங்கிக் காத்துக்கிடக்கும் திவ்வியா போன்ற குழந்தைகள், கண்களில் தெரிவதில்லையா?

என்று மனதில் நினைத்துக்கொண்டான் அனந்தயன். அவனுடைய கண்கள் கண்ணீரினால் நிரம்பியது.

அத்தனை வேலைகளையும் நாசுக்காகச் செய்துவிட்டு வழமை போல் வேலைக்குச் சென்றான் பிரவீன். "அப்பாடா எல்லாம் நல்ல படியாக முடிந்துவிட்டது. அனந்தயன் தான் ஆசைப்பட்டவளோடு சேர்ந்திட்டான். ஆனால் நான்தான் இங்கு தனித்துவிட்டேன்" என்று பெரு மூச்சு விட்டபடி தனது கதிரையில் சாய்ந்து தன்னுடைய முகநூலில் "சீக்கிரம் வா இலங்கைக்கு" என்று கனடாவில் இருக்கும் தன்னுடைய காதலி அனிதாவிற்கு செய்தி அனுப்பினான் பிரவீன்.

வருடங்கள் 12 கடந்தன...........

இப்போது திவ்வியாவின் முகநூல் சுயவிபரப் பகுதியில் காணப்படும் புகைப்படத்தில், திவ்வியா அவள் தனது குட்டித் தம்பியை அணைத்தவாறு இருக்கும் செல்பி போடப்பட்டுள்ளது. அதற்கு விரும்புதல்கள் குவிய ஆரம்பித்து விட்டன......

முற்றும்.